पुणे, शिवाजी, अमरावती,उत्तर महाराष्ट्र, इतर विद्यापीठाच्या (बी.ए., बी.एस्सी) भूगोल,

MPSC, UPSC सेट नेट साठी उपयुक्त पुस्तक

GIS

भौगोलिक माहिती प्रणाली

Geographical Information Systems

डॉ.श्रीकांत कार्लेकर

डायमंड पब्लिकेशन्स

भौगोलिक माहिती प्रणाली (GIS)
डॉ. श्रीकांत कार्लेकर

Bhogolik Mahiti Pranali (GIS)
Dr. Shrikant Karlekar

पहिली आवृत्ती : २००६, द्वितीय आवृत्ती : २००६,
सुधारीत तृतीय आवृत्ती : २०११
पुनर्मुद्रण : २०१७

ISBN 81-89724-99-1

मुखपृष्ठ
शाम भालेकर

प्रकाशक
डायमंड पब्लिकेशन्स
२६४/३ शनिवार पेठ, ३०२ अनुग्रह अपार्टमेंट
ओंकारेश्वर मंदिराजवळ, पुणे-४११ ०३०
☎ ०२०-२४४५२३८७, २४४६६६४२
info@diamondbookspune.com

ऑनलाईन पुस्तक खरेदीसाठी भेट द्या
www.diamondbookspune.com

प्रमुख वितरक
डायमंड बुक डेपो
६६१ नारायण पेठ, अप्पा बळवंत चौक
पुणे-४११ ०३० ☎ ०२०-२४४८०६७७

प्रास्ताविक

GIS (भौगोलिक माहिती प्रणाली) या पुस्तकाची ही तिसरी आवृत्ती. पहिल्या दोन आवृत्तींचे प्राध्यापक, विद्यार्थी, संशोधक शासकीय व अशासकीय संस्थांकडून खूपच मोठे स्वागत झाले, त्याबद्दल सर्वांचे आभार. पहिल्या आवृत्तीत राहिलेल्या त्रुटी या आवृत्तीत सुधारून आकृत्या अधिक चांगल्या देण्याचा प्रयत्न करण्यात आला आहे. डायमंड पब्लिकेशन्सचे श्री. दत्तात्रय पाष्टे यांनी पहिल्या आवृत्तीप्रमाणेच याही आवृत्तीचे महत्त्व लक्षात घेऊन त्याला लगेच प्रसिद्धी दिली. त्याबद्दल त्यांचे मनापासून आभार.

जी.आय.एस. (GIS) या पुस्तकाची ही तिसरी आवृत्ती. पहिल्या दोन्ही आवृत्त्यांच्या भरघोस स्वागतानंतर, डायमंड पब्लिकेशनने प्रकाशित केलेल्या या आवृत्तीत वाचकांच्या आग्रहानुसार अंकीय सांख्यिकी (Digital Data) व अंकीय प्रतिमेचा (Digital Image) अभ्यास नव्याने समाविष्ट करण्यात आला आहे.

जिऑग्राफीकल इन्फर्मेशन सिस्टिम (GIS) म्हणजेच भौगोलिक माहिती प्रणाली. या विषयावर लिहिलेले, मराठीमधील हे बहुधा पहिलेच पुस्तक असावे. या विषयावर इंग्रजीमध्ये भरपूर साहित्य उपलब्ध आहे. जी. आय. एस. या तंत्रज्ञानाचे विविध पैलू उलगडून दाखवणारे व या तंत्राची शास्त्रीय बैठक विशद करणारे अनेक इंग्रजी ग्रंथ आता वाचकाला उपलब्ध आहेत. इंटरनेटवरसुद्धा या विषयाची माहिती देणारी अनेक संकेतस्थळे (Web Sites) उपलब्ध आहेत. असे असले तरी मातृभाषेत या प्रभावी तंत्राची सर्व अंगे समजून घेणे, या तंत्राच्या वापरासाठी व उपयोजनासाठी अत्यावश्यक आहे. अवकाशिक सांख्यिकीच्या पृथक्करणासाठी वापरले जाणारे हे प्रगत तंत्र शास्त्रीय दृष्टिकोनातून सोप्या व सुलभ भाषेत उलगडून दाखवणे हा या पुस्तकाचा उद्देश आहे.

जी.आय.एस. हे तंत्रज्ञान संगणक युगातले व संगणकावरच आधारित तंत्र आहे, त्याची स्वतःची अशी एक स्वतंत्र परिभाषा आहे. यातील अनेक संज्ञा, संकल्पना स्पष्ट करण्यासाठी मराठीत प्रतिशब्द नाहीत. (उदाहरणार्थ File Format, Quadtree, Raster) याकरता मूळ शब्दानुरूप चपखल बसणारे व मूळ शब्दातील अन्वयार्थ नेमका लक्षात येईल असे शब्द तयार करून ते वापरणे आवश्यक होते. यासाठी हिंदी, संस्कृत अशा भाषांचाही आधार घेऊन हे शब्द मराठीत आणण्याचा प्रयत्न केलेला आहे. त्यामध्ये त्रुटी राहणे अर्थातच संभवनीय आहे.

नेहमीच्या व्यवहारातली सहज समजावीत अशी, रूढार्थाने सर्वांना माहीत असलेली उदाहरणे घेऊन जी.आय.एस. तंत्राची संकल्पना स्पष्ट करण्याचा प्रयत्न केला आहे. जीआयएस संहिता पद्धतशीरपणे कशी वापरता येईल त्याचे मार्गदर्शन यातून निश्चितच होईल, असा विश्वास वाटतो.

विविध विद्यापीठांतील जीआयएस या विषयाचा अभ्यास करणारे विद्यार्थी, छोटे संशोधन प्रकल्प तयार करणारे संशोधक, जी.आय.एस. संहिता वापरून काम करणाऱ्या शासकीय व अशासकीय संस्था, इंजिनीयर्स या सर्वांनाच या तंत्रज्ञानाची पुरेशी तोंडओळख होईल असे वाटते. विविध आकृत्या व उदाहरणे यामुळे तंत्र नेमके समजायलाही मदत होईल.

या विषयात अधिक माहिती मिळवू इच्छिणारांसाठी पुस्तकाच्या शेवटी संदर्भ ग्रंथांची एक सूची दिली आहे. त्याचाही उपयोग या तंत्राबद्दल आवड निर्माण होण्यासाठी होईल असा विश्वास वाटतो.

– डॉ. श्रीकांत कार्लेकर

अनुक्रमणिका

आकृत्यांची सूची

लेखकपरिचय

डॉ. श्रीकांत कार्लेकर

एम. एससी., पीएच. डी.

- १९७४ पासून पुण्याच्या सर परशुरामभाऊ महाविद्यालयात पदवी व पदव्युत्तर पातळीवर अध्यापन व सध्या भूगोल विभागप्रमुख.
- १९८१ मध्ये 'कोकणचा भूरूपशास्त्रीय अभ्यास' या प्रबंधाकरता पुणे विद्यापीठाची Ph.D पदवी.
- २००१-२००२ मध्ये पुणे विद्यापीठात प्राध्यापक.
- मार्गदर्शनाखाली एकूण १० विद्यार्थ्यांना Ph.D व ५ विद्यार्थ्यांना M. Phil प्राप्त.
- ६० संशोधन-निबंध प्रकाशित. २० पुस्तके प्रकाशित.
- अनेक संशोधनप्रकल्पांत सहभाग व मुख्य संशोधक.
- १९७८ मध्ये डेहराडूनच्या दूरसंवेदन संस्थेत फोटोग्रॅमेट्री या विषयात प्रशिक्षण.
- सागरी भूरूपशास्त्र व दूरसंवेदन हे जास्त आवडीचे व प्रमुख संशोधनाचे विषय.

प्रकरण १

जी. आय. एस. तंत्राची ओळख

(Introduction to GIS)

जी. आय. एस. म्हणजेच भौगोलिक माहिती प्रणाली हे तंत्रज्ञान १९६१ सालापासूनच जगभरात उपयोगात येत आहे. या तंत्राची विलक्षण क्षमता व वाढते उपयोजन यामुळे त्याची पाळेमुळे आता खूप घट्ट रूजली आहेत आणि या तंत्राला खूप प्रतिष्ठाही प्राप्त झाली आहे. भरपूर मोठ्या प्रमाणावरील सांख्यिकीचे व्यवस्थापन व विश्लेषण करणारे प्रगत शास्त्र म्हणून त्याची वैज्ञानिक जगात गणना होऊ लागली आहे.

गेल्या दशकातील संगणक शास्त्रातील प्रगती, अंकीय नमुन्यात (Digital Format) उपलब्ध होणाऱ्या सांख्यिकीतील वाढ, सांख्यिकीचे संग्रहण (Collection), दूरसंवेदन व सर्वेक्षण या जी. आय. एस. शी संबंधित तंत्रांचा विकास, सांख्यिकी व्यवस्थापन तंत्रातील (Database Management) प्रगती यामुळे जी. आय. एस. तंत्रज्ञानाचा लक्षणीय विकास झाला आहे.

येत्या काही वर्षात या तंत्रज्ञानात याहीपेक्षा अधिक प्रगती होण्याची चिन्हे आहेत. जगभरात चाललेले विविध प्रयोग याच गोष्टीचे निदर्शक आहेत.

भौगोलिक माहितीप्रणाली (जिओग्राफिक इन्फर्मेशन सिस्टिम - जी. आय. एस.) हे सध्याच्या संगणक व दूर संवेदन युगातील एक अतिप्रगत असे तंत्रज्ञान आहे. या तंत्राचा वापर आजकाल जगभर फार मोठ्या प्रमाणावर परिसर नियोजन, व्यवस्थापन व परिसर अभियांत्रिकी यांसारख्या क्षेत्रांत केला जात आहे. जवळजवळ प्रत्येक देशालाच भेडसावणाऱ्या या समस्यांना समर्पक उत्तरे देण्याची विलक्षण ताकद जी. आय. एस. तंत्रज्ञानात असल्यामुळे त्याचा वापरही सर्वत्र वाढतो आहे.

या तंत्रज्ञानाचे अनेकविध पैलू आहेत. पृथ्वी पृष्ठावरील विविध पर्यावरणीय आणि परिस्थितिक प्रक्रियांचे मापन करणे तसे फार जिकिरीचे काम. भूपृष्ठिय, वातावरणीय आणि जैविक घडामोडींतील क्लिष्टपणा हे त्याचे एक प्रमुख कारण. कोणत्याही प्रदेशाचा सर्वांगीण विकास करण्याकरिता या प्रक्रियांसंबंधीची विस्तृत सांख्यिकी असणे आवश्यक असते. ही सांख्यिकी अवकाश-विस्तारित अशी

मिळवणे हा यातला महत्त्वाचा भाग असतो. म्हणजेच ही माहिती भूसंदर्भित सांख्यिकी या स्वरूपाची असते. यामुळे या प्रणालीला भौगोलिक प्रणाली असे म्हटले आहे.

या भूसंदर्भित माहितीचे एकत्रिकरण करणे, तिचा संचय करणे, पृथक्करण करणे आणि त्यावरून त्या प्रदेशातील परिस्थितीचे प्रारूप तयार करणे - या सर्व गोष्टींचा समावेश जी. आय. एस. या तंत्रात होतो. त्याचबरोबर आणखी एका गोष्टीमुळे या तंत्रज्ञानाची उपयुक्तता वाढते. ती म्हणजे या तंत्रात अभिप्रेत असलेले विविध घटकांचे अध्यारोपण. एकापेक्षा अनेक घटनांचे निर्देशक असे घटक सांख्यिकीच्या स्वरूपात एकत्र करून त्यांचे अध्यारोपण केल्यास जे अंतिम चित्र मिळते, ते त्या प्रदेशाचे खरेखुरे किंवा बरेचसे हुबेहुब चित्र असते. त्यामुळे अशा प्रतिमांचा वापर त्या प्रदेशाच्या व्यवस्थापनासाठी, तेथील समस्या आणि अडचणी ओळखण्यासाठी करता येतो. याच कारणामुळे आपत्ती व्यवस्थापन करण्याकरताही हेच तंत्र अधिक योग्य असल्याचे दिसून आलेले आहे.

भारतासारख्या शेतीप्रधान देशाला तर या तंत्रज्ञानाचा खूपच मोठा फायदा आहे. भारतीय उपग्रह मालिकांमुळे उपलब्ध होणाऱ्या उपग्रह प्रतिमांचा याकरिता वापर करता येतो. या प्रतिमांवरून भौगोलिक माहिती प्रणालीच्या साहाय्याने भूजल संचय, भूमि- उपयोजन, मृद्शक्ती, समस्याग्रस्त देश, विपत्तिजनक विभाग यांसारख्या घटनांचे अचूक मूल्यमापन करता येते. खेडेगावाच्या पातळीवर किंवा त्याहीपेक्षा लहान अशा शेतजमीन तुकड्याच्या पातळीवरही हे नियोजन करता येते. जी. आय. एस. तंत्रात जमिनीचा कस, जमिनीतील आर्द्रता, जमिनीचा उतार, पिके व पिकांचे वितरण, मृदेची जाडी या व अशा अनेक घटकांच्या संदर्भात सांख्यिकी गोळा केली जाते व ती अध्यारोपित केली जाते.

जी. आय. एस. तंत्रज्ञानामुळे एखाद्या प्रदेशाच्या पर्यावरणीय समस्यांच्या निराकरणाकरता करावा लागणारा खर्च व मेहनत यांत खूपच बचत करणे शक्य झाले आहे. पारंपारिक पद्धतीपेक्षा यात नेमकेपणा आणि अचूकपणाही अधिक आहे. पारंपारिक पद्धतीमध्ये प्रदेशाबद्दलची सांख्यिकी अपूर्ण व चुकीची असण्याची शक्यता जास्त असते. त्यामुळे समस्यांचे आकलन होत नाही. काही वेळा चुकीच्या निष्कर्षांमुळे बरेच घोटाळेही होतात. सर्वेक्षणाच्या कोणत्या पद्धतीचा वापर करून माहिती गोळा केली जाते, त्यावर पारंपारिक पद्धतीची विश्वासार्हता अवलंबून असते. जी. आय. एस. तंत्रामुळे निदानातील विश्वासार्हता

नक्कीच वाढलेली आहे.

जी. आय. एस. तंत्रज्ञानात दूर संवेदन व संगणकाचा सिंहाचा वाटा आहे. या तंत्रज्ञानात एकत्रित केलेल्या प्रचंड सांख्यिकीचे पृथक्करण केवळ संगणकामार्फतच शक्य आहे. गेल्या पंधरा-वीस वर्षांत जी. आय. एस.चा वापर वाढण्याचे कारण संगणक तंत्रज्ञानाचा विकास हेच आहे. वास्तविक पाहता जी. आय. एस.चा सर्वप्रथम वापर १९६० मध्ये, कॅनडामध्ये जमिनीच्या मूल्यमापनासंबंधीच्या एका प्रकल्पात केला गेल्याचा उल्लेख आढळतो. या प्रकल्पाअंतर्गत मृदूशक्ती, भूमिउपयोजन व प्रथम दर्जाची शेतीयोग्य जमीन, या तीन घटकांचे अध्यारोपण करण्याचा प्रयत्न केला गेला होता. याच वेळी अमेरिकेतही लोकसंख्येचे वितरण, रोजगार वितरण, संपर्क साधनांच्या मार्गांचे वितरण व दुकानांचे वितरण यांच्या सांख्यिकीच्या अध्यारोपणाचा प्रयत्न केला गेल्याचे दिसते. आज या तंत्रज्ञानाचे जाळे साऱ्या जगभर पसरले आहे; आणि सर्वत्र याचा अतिशय पारिणामकारक उपयोग होत असल्याचे दिसत आहे. अर्थातच ज्या समस्येमध्ये सांख्यिकी अवकाश-वितरीत स्वरुपात उपलब्ध होते, तेथेच केवळ या तंत्राचा वापर करणे शक्य होते, हे उघड आहे.

आज जी. आय. एस. संदर्भात अनेक संगणक प्रणाली, प्रतिमाने व समाकलन प्रणाली उपलब्ध आहेत. त्यांचा वापरही प्रदूषणाची तीव्रता, नदीखोरे नियोजन, पूर व भूमिपातासारख्या विपत्ती यांच्या अभ्यासात अधिक परिणामकारकपणे केला जात आहे.

एकाच वेळी अनेक घटकांचे पृथक्करण करण्याची ताकद, हे या तंत्राचे महत्त्वाचे अंग आहे. भूमिपात किंवा दरड कोसळणे या विपत्ती व्यवस्थापनात जी. आय. एस. पद्धतीत वापरल्या जाणाऱ्या घटकांची नुसती यादी पाहिली, तरी या तंत्राचा आवाका लक्षात येईल. डोंगरउतारांचे प्रमाण, तलप्रस्तर, मृदा प्रकार, उतारांची उंची, मृदेची जाडी, भूजल पातळी, भूमिउपयोजन, वृष्टीचे प्रमाण, उताराचा प्रकार, जमिनीतील भेगा, जोड व संधी, मृदेची वाहकता, लवचिकता इत्यादी अनेक घटक एकाच वेळी अध्यारोपित करून या समस्येचे आकलन करून घेतले जाते व नंतरच व्यवस्थापनाची दिशा ठरविली जाते.

या सर्व प्रकारांत सांख्यिकीतील अपूर्णत्त्व व सलगतेचा अभाव, हा महत्त्वाचा अडथळा असतो. त्यामुळे विविध प्रकारच्या माहितींचे समाकलन करणे अवघड होते. यासाठी जागतिक स्तरावर सर्वमान्य अशा पद्धतींचा वापर

सांख्यिकीच्या एकत्रिकरणात होणे आवश्यक आहे. त्याचबरोबर जागतिक सांख्यिकी माहितीचे आदानप्रदान होणेही गरजेचे आहे.

येत्या काही वर्षात जी. आय. एस. तंत्रज्ञानात याहीपेक्षा अधिक प्रगती होण्याची शक्यता नाकारता येत नाही आणि आपल्या परिसराची आणि पर्यावरणाची प्रत व दर्जा सुधारण्याची जी. आय. एस. तंत्रज्ञानाची ताकद पाहता ही गोष्ट अशक्य नक्कीच नाही !

जी. आय. एस. : व्याख्या व स्वरुप

भौगोलिक माहिती प्रणालीची व्याख्या अनेकांनी अनेक प्रकारे केलेली आहे. व्याख्येतील ही विविधता, व्याख्या कोणी केली आहे आणि कशासाठी केली आहे यावर मुख्यत: अवलंबून असल्याचे मत पिकल्स (Pickles, 1995) यांनी व्यक्त केले आहे. जी. आय. एस. चे तंत्रज्ञान व त्याचे उपयोजन जसे झपाट्याने बदलत गेले तसतशी व्याख्याही बदलत गेल्याचे दिसते. भविष्यात ती आणखीनच बदलेल असे तज्ज्ञांना वाटते.

ऱ्हींड (Rhind 1989) यांच्या व्याख्येनुसार ‘‘पृथ्वीवरील विविध ठिकाणांच्या माहितीचे वर्णन करणाऱ्या सांख्यिकीची साठवण करणारी, व त्या सांख्यिकीचे उपयोजन करणारी जी. आय. एस. ही संगणक प्रणाली आहे. बरो (Burrough 1986) यांच्या म्हणण्याप्रमाणे काही विशिष्ट उद्दिष्टे व हेतूंच्या पूर्ततेसाठी, एखाद्या भौगोलिक प्रदेशासंबंधी अवकाशीय (Spatial) माहितीचे संकलन (Collection), साठवण (Storage) इच्छेनुसार पुनर्प्राप्तीकरण (Retrieval at will), रुपांतरण (Transformation) आणि प्रदर्शन (Display) करणाऱ्या साधनांचा संच (set of tools) म्हणजे जी. आय. एस.. ब्रिटिश पर्यावरण खात्यानुसार (1987) ‘‘भूसंदर्भित अवकाशिक सांख्यिकी मिळवणे, साठवणे, तपासणे, तिचे समाकलन करणे (Integration), कुशलतेने हाताळणी करणे (Manipulation) पृथक्करण करणे व विश्लेषणाची मांडणी व प्रदर्शन करणे अशा बहुविध प्रक्रिया करणारी प्रणाली म्हणजे जी. आय. एस..’’

विविध प्रकारच्या व्याख्यांचे सार, वरील तीन प्रतिनिधिक व्याख्यांत मांडता येते. त्यातून जी. आय. एस. यंत्रणेची प्रमुख तीन वैशिष्ट्ये लक्षात येतात. मुख्य गोष्ट म्हणजे जी. आय. एस. ही संगणक प्रणाली आहे. यात संगणक, मुद्रक (Printer) व आरेखक (Plotter) याच बरोबर संगणक वाचू शकेल व विश्लेषण करू शकेल अशा प्रणाली (Programmes) यांचा समावेश होतो. दुसरी गोष्ट

म्हणजे जी. आय. एस. प्रामुख्याने अवकाश संदर्भित (Spatially Georeferenced) म्हणजेच भौगोलिक सांख्यिकी वापरते. तिसरी गोष्ट माहितीचे विश्लेषण व पृथक्करण करते.

उच्च दर्जाच्या जी. आय. एस. प्रणालीकडून पुढील गोष्टींची पूर्तता व्हावी अशी अपेक्षा असते.

१) विस्तृत प्रमाणावर किंवा मोठ्या प्रमाणावरील सांख्यिकीसाठी जलद अभिगम (Quick access)
२) विशिष्ट विषय (Theme) किंवा प्रदेशाच्या संदर्भात सूक्ष्म असे पर्याय निवडण्याची क्षमता.
३) सांख्यिकीचा एक गट दुसऱ्या गटाशी जोडण्याची किंवा एकमेकांत मिसळण्याची क्षमता.
४) प्रदेशातील विशिष्ट गोष्टी किंवा ठळक गुणधर्म शोधण्याची क्षमता.
५) सांख्यिकी जलद, अद्ययावत (Update) करण्याची क्षमता.
६) सांख्यिकीचे प्रतिमान (Model) करण्याची किंवा त्यासाठी विकल्प (Alternative) देण्याची क्षमता.
७) विश्लेषणाच्या व पृथक्करणाच्या अखेरीस मिळालेल्या उत्तरांचे नकाशे, आलेख, संक्षिप्त सांख्यिकी (Summary Statistics) मध्ये निर्देशन करण्याची क्षमता.

जी. आय. एस. मुळे अवकाशिक सांख्यिकीचे मूल्य वाढते. उपलब्ध सांख्यिकीचे परिणामकारक संघटन (Organization) आणि विविध सांख्यिकी गटांचे समाकलन (Integration) यामुळे नवीन स्वरूपातील सांख्यिकी तयार करणे, जी. आय. एस. मुळे शक्य होते. याचा उपयोग निर्णय प्रक्रियेत अचूकता आणण्यासाठी खूपच चांगल्या प्रकारे होतो. एका अर्थाने जी. आय. एस. ही अवकाशिक निर्णय प्रक्रियेचा (Spatial decision support) मूलाधारच आहे, असे म्हणावयास हरकत नाही.

जी. आय. एस. हे विविध विद्याशाखातील संकल्पना व विचार यांचा अभ्यास करून तयार केलेले तंत्र आहे. भौगोलिक माहितीचे विज्ञान हे नकाशाशास्त्र, संगणकशास्त्र, अभियांत्रिकी, पर्यावरणशास्त्र, जिओडसी. भूदृष्य स्थापत्य (Landscape architecture) हवाई छायाचित्र मापन शास्त्र (Photogrammetry), दूरसंवेदन, संख्याशास्त्र व सर्वेक्षण ह्या सर्व

विद्याशाखांवर अवलंबून आहे. गुडचाईल्ड (१९९७) यांच्या म्हणण्यानुसार जी. आय. एस तंत्रज्ञानांत असलेले मुख्य विचार व संकल्पना पुढीलप्रमाणे आहेत.

१) भौगोलिक माहिती म्हणजे पृथ्वीवरील विविध ठिकाणांची अवकाशिय माहिती.

२) माहिती तंत्रात जागतिक स्थान निश्चिती (GPS), दूरसंवेदन व भौगोलिक माहितीचा समावेश असतो.

३) जी. आय. एस. तंत्रज्ञान अशा माहितीवर आधारित असते.

४) यातून होणाऱ्या विश्लेषणाची व उपयोजनाची विविध क्षेत्रात असलेली उपयुक्तता मोठी आहे.

५) जी. आय. एस. ची सर्वंकष अभिव्यक्ती किंवा प्रकटीकरण (Manifestation).

जी. आय. एस. चे घटक –

जी. आय. एस. च्या व्याख्येबद्दल अनेक प्रवाद आहेत तसे ते त्याच्या घटकाबद्दल ही आहेत. सर्वसाधारणपणे जी. आय. एस. ही संगणकीय संहिता / कार्यवाही पद्धती (Software) असून, तिचे मुख्य घटक म्हणजे या पद्धतीच्या कार्यवाहीसाठी वापरण्यात येणारी विविध साधने होत. या पद्धतीची कार्यवाही, सांख्यिकीच्या नोंदी (Data entry) हाताळणी (Manipulation), विश्लेषण व परिणाम (Out put) या टप्प्यात केली जाते. यासाठी वापरण्यात येणारी साधने म्हणजे संगणक संहती (Hardware) ज्यात हार्डवेअर म्हणजे संगणक व त्याच्याशी निगडीत मुद्रक, आरेखक यांसारखी साधने असतात. सॉफ्टवेअर (संहिता) मध्ये अवकाशिक माहिती, त्याचे व्यवस्थापन व विश्लेषण करणाऱ्या सूचना पद्धती आणि या सर्वांचा उपयोग करणाऱ्या, कार्यवाही करणाऱ्या व्यक्ती यांचा समावेश होतो.

साध्या वैयक्तिक संगणकापासून महासंगणकापर्यंत सर्वच प्रकारच्या संगणकावर व विविध तऱ्हेच्या सॉफ्टवेअर परिभाषांत जी. आय. एस. कार्यान्वित करता येते. बरो (१९८६) यांच्या मतानुसार कोणत्याही जी. आय. एस. संहितेच्या परिणामकारक उपयोगासाठी पुढील गोष्टींची गरज असते.

१) पुरेशा क्षमतेचे, सॉफ्टवेअर कार्यान्वित करू शकणारे संगणक संयंत्र. (Processor)

२) मोठ्या प्रमाणावर माहितीचा साठा करून ठेवण्याची स्मरण क्षमता

(Memory).

३) उच्च दर्जाचा, उच्च नियोजन क्षमतेचा (High resolution) रंगीत, सुस्पष्ट, रेखाचित्रिय प्रदर्शक (Screen)

४) सांख्यिकीच्या नोंदीचे आदान-प्रदान (Input-Output) करू शकणारे इतर संहती घटक. अंकीय नोंदक (Digitiser), समक्षिक (Scanner), अंक व अक्षर पट्टी (Key board) मुद्रक व आरेखक (Printer)

याचबरोबर संगणक संहितेत (Software) पुढील गोष्टी आवश्यक असतात.

१) नोंदीच्या आदान-प्रदानाचा सूचना व्यवस्था संच.

२) नोंदीचे व्यवस्थापन (Management) रुपांतरण (Transformation).

३) पृथक्करण, विश्लेषण व प्रदर्शन करू शकणारे सूचना संच वर वर्णन केलेल्या संगणक संहती (Computer Hardware) व जी. आय. एस. संहिते बरोबरच (GIS Software) पुढील घटकांचाही समावेश जी. आय. एस. मध्ये केला जातो.

१) अवकाशिक किंवा अवकाशीय सांख्यिकी (Spatial Data), उपलब्ध जी. आय. एस. संहिता मुख्यत: अवकाशिक सांख्यिकी म्हणजे भौगोलिक माहितीचे व्यवस्थापन करण्यासाठीच तयार केलेल्या आहेत. प्रदेशांचे भौगोलिक स्थान, त्यांचे इतर स्थानाशी असलेले संबंध किंवा जोड, आणि स्थानाशी निगडीत गुणविशेष (Attributes) अशा तऱ्हेच्या सांख्यिकीचा वापर जी. आय. एस. मध्ये प्रामुख्याने केला जातो. त्यामुळे अशा सांख्यिकीची उपलब्धता हा या यंत्रणेचा मुख्य घटक आहे.

२) विशिष्ट प्रश्नसंचाच्या सहाय्याने (Querries) केलेले सांख्यिकेचे विश्लेषण व त्याचे प्रदर्शक स्वरूप (Screen Format).

जी. आय. एस. तंत्राचा वापर करू इच्छिणाऱ्यांसाठी हा घटक जास्त महत्त्वाचा असतो. बहुतांशी जी. आय. एस. विश्लेषणाचे प्रदर्शक स्वरूप हे नकाशा स्वरूपातच असते.

३) जी. आय. एस. तंत्राशी व त्याच्या उपयोजनाशी निगडीत असलेले विद्यार्थी, तंत्रज्ञ इत्यादी.

जी. आय. एस. ही एककेंद्री यंत्रणा नाही. एखाद्या प्रकल्पाचा आराखडा करणारे, त्यासाठी जी. आय. एस. यंत्रणा राबविणारे आणि निर्णय प्रक्रियेत

सहभागी होणारे सर्वच तंत्रज्ञ जी. आय. एस. चा महत्त्वपूर्ण घटक आहेत. एखाद्या लहानशा संशोधन निबंधापासून आंतरराष्ट्-ीय सहकार्याने चालणाऱ्या देशी प्रकल्पापर्यंत कार्यान्वित होणाऱ्या जी. आय. एस. योजनेतील तंत्रज्ञ या तंत्राचे घटक असतात.

□□

प्रकरण २
अवकाशिक (अभिक्षेत्रीय) सांख्यिकी
(Spatial Data)

पृथ्वीच्या पृष्ठभागातील एखाद्या विशिष्ट प्रदेशाची सर्व वैशिष्ट्ये जशीच्या तशी, तपशिलाने संगणकाद्वारे चित्रित करणे कठीण असते. जी. आय. एस. द्वारे, यातील काही वैशिष्ट्यांचे किंवा घटनांचे संगणकाद्वारे प्रातिनिधिक स्वरूपात चित्रण करता येते. जी. आय. एस. च्या आधारे काही विशिष्ट घटकांपुरती सांख्यिकी वापरून त्यापासून साधा, सरळ, माहितीपूर्ण नकाशा मिळवता येतो. पृथ्वीच्या काही भागाच्या अशा तऱ्हेने केलेल्या सहज दृष्यास (Simplified View) प्रतिमान (Model) म्हटले जाते. मूळ प्रदेशात असलेली अवकाशिक क्लिष्टता (Spatial Complexity) आकलन करण्यास कठीण असते. मात्र जी. आय. एस. तंत्र वापरून मिळवलेले प्रतिमान, मूळ दृश्याचा आदर्श नमुना असतो आणि तो आकलन करण्यास अधिक सोपा असतो.

यासाठी जी सांख्यिकी आवश्यक असते, ती अर्थातच अवकाशिक स्वरूपाची असणे गरजेचे असते. ही सांख्यिकी स्थान विशिष्ट (Site Specific) असते. यात पुढील प्रकारच्या माहितीचा समावेश केला जातो.

१) भौगोलिक संदर्भासाठी त्या ठिकाणाचे अक्षांश व रेखांश.

२) त्या ठिकाणची आजूबाजूच्या ठिकाणांशी असलेली जोडणी (Connectivity) व जोड (Link)

३) स्थानाशी निगडीत इतर गुणविशेष (Attribute) जे अवकाशिक स्वरूपाचे नसतात असे.

कोणत्याही अवकाशिक सांख्यिकीचा अवकाशिक संदर्भ फार महत्त्वाचा असतो आणि त्याचा विचार कोणत्याही जी. आय. एस. संहितेचा वापर करण्यापूर्वी करावाच लागतो. अपुऱ्या संदर्भामुळे किंवा चुकीच्या संदर्भामुळे त्या जी. आय. एस. चा वापर करण्यावर मर्यादा पडू शकतात.

अवकाशिक सांख्यिकीने व्याप्त असलेली भौगोलिक जागा दाखविण्याची पारंपारिक पद्धत म्हणजे विशिष्ट अशा थरांची (Thematic Layers) श्रेणी, पारंपारिक नकाशे हे त्याचे उत्तम उदाहरण आहे. हे नकाशे म्हणजे भूरचना, उंची,

वनक्षेत्रे, वस्त्या, रस्ते इत्यादी विविध विषय विशिष्ट थरांचे एकत्रिकरणच असते. अवकाश व्याप्ती दाखविण्यासाठी संगणकावर ह्याच संकल्पनेचा आधार घेतलेला आहे. मात्र पारंपारिक विषय विशिष्ट थरांपेक्षा इथे अनेकविध नाविन्यपूर्ण थरांचा विचार केलेला असतो. उदाहरणार्थ, एखाद्या शहरात घर कुठे घ्यावे याचा निर्णय घ्यायचा असेल तर जी. आय. एस. संहितेत जागांच्या किंमती, दळण-वळणाच्या सुविधा, बांधकामाचा दर्जा, सुविधांची उपलब्धता, यांसारख्या अनेकविध विषयासंदर्भात सांख्यिकेचे थर एकमेकांवर प्रत्यारोपित करून (Superimpose) निर्णय घेतला जातो. यास स्तर-आधारित पद्धती (Layer Based Approch) म्हटले जाते. संगणकासमोर, अवकाशाचे निर्देशन करण्याचा दुसरा एक पर्याय आहे. तो म्हणजे अवकाश हे अनेक भिन्न भिन्न घटकांचा (Objects) समुह आहे अशी कल्पना करून, त्यातील मोकळ्या जागांसह स्तर म्हणून त्या घटकाचा विचार करणे. (Goodchild 1995)

उदाहरणार्थ विजेचे खांब, पोस्टाच्या पेट्या इत्यादी. यातील प्रत्येक गोष्टीचा, त्याच्या नेमक्या स्थानाचा व आजूबाजूच्या मोकळ्या जागेचा स्वतंत्रपणे विचार केला जातो. यास घटक-आधारिक पद्धती (Object based approach) असे म्हटले जाते.

वर सांगितलेल्या दोन्ही पद्धतीत माहितीचे सांख्यिकीकरण करण्यासाठी सर्व घटकांचे मुख्य तीन प्रकारच्या रचना खंडात (Building Blocks) वर्गीकरण केले जाते. हे रचना खंड म्हणजे बिंदू (Points), रेषा (Lines), आणि क्षेत्र (Areas). उदाहरणार्थ वस्त्या, रुग्णालये, सिनेमागृहे, विश्रांतीगृहे, विहीरी हे घटक बिंदूंनी, नद्या, कालवे, रस्ते, रेषांनी तर शेत जमिनी, वाहनतळ, अभयारण्ये त्यांनी व्यापलेल्या क्षेत्रांनी दाखविता येतात.

या तीनही रचना खंडांचा उपयोग करून समतल पृष्ठे (Surface) तयार करता येतात. उदाहरणार्थ - स्थल उच्चांक (Spot heights) या बिंदूंचा वापर करून किंवा समोच्च रेषा (Contour) याचा वापर करून समतल पृष्ठ निर्माण करता येते. बिंदू व रेषांच्या एकत्रिकरणाने जाळीदर्शन प्रतिमान (Network Model) मिळवता येते.

एखाद्या प्रदेशातील विविध घटकांचे रचना खंडात चित्रण करण्यासाठी जी. आय. एस. तंत्र, जाळी प्रतिमान (Raster Model) व सदिश प्रतिमान (Vector Model) या पद्धतींचा वापर करते. दूर संवेदन तंत्राने मिळविलेली अवकाशिक

माहिती ही जाळी प्रतिमान पद्धतीनेच प्राप्त करून घेतली असल्यामुळे या सांख्यिकीच्या पृथक्करणासाठी जी. आय. एस. संहिता जाळी पद्धतीचा (Raster) वापर करते. एखाद्या सलग भौगोलिक घटनेसाठी या पद्धतीचा वापर नेहमीच उपयुक्त ठरतो.

रस्ते व नद्या, सीमा रेषा यांसारख्या गोष्टी मात्र सदिश पद्धतीने दाखविल्या जातात.

जी. आय. एस. तंत्राला अभिप्रेत असलेली सांख्यिकी (Data) आणि माहिती (Information) यातील फरक अधिक स्पष्ट असतो. सांख्यिकी म्हणजे निव्वळ आकडेवारी असते. ही आकडेवारी कशा संबंधी आहे, कोणत्या मोजमाप पद्धतीचा वापर करून ती मिळविली आहे, यासारखी माहिती जेव्हा सांख्यिकीस जोडली जाते, तेव्हा सांख्यिकी अर्थपूर्ण होते. अशा अर्थपूर्ण सांख्यिकीला, महिती (Information) असे म्हटले जाते.

सांख्यिकी अनेक ठिकाणाहून, विविध पद्धतींनी मिळवली जाते. त्यानुसार याचे दोन प्रकार केले जातात. प्राथमिक (Primary) व दुय्यम (Secondary). प्राथमिक स्वरुपाची सांख्यिकी ही स्वत: मिळविलेली, स्वत: मोजमापे करून किंवा गणना करून मिळविलेली असते तर दुय्यम सांख्यिकी ही दुसऱ्या व्यक्तीने मिळविलेली किंवा आधीच प्रसिद्ध झालेली असते. यात प्रकाशित झालेले नकाशे, जनगणनेचे अहवाल, हवामान विषयक नोंदी यासारख्या सांख्यिकीचा समावेश होतो. या दोन्ही प्रकारच्या सांख्यिकी तीन मितीमध्ये (Dimensions) उपलब्ध होतात. या तीन मिती म्हणजे (१) काळ निगडीत (Temporal) (२) विषय विशिष्ट (Thematic) (३) अवकाशिक (Spatial). १८ ऑगस्ट १९९८ रोजी उत्तर प्रदेशातील पिठौरगड इथे विध्वंसक भूमिपात (Land slide) झाला. या संबंधीची जी माहिती मिळाली ती प्राथमिक व दुय्यम या दोन्ही प्रकारची होती. या घटनेच्या सांख्यिकीला ३ आयाम किंवा मिती आहेत.

१) काळ - १८ ऑगस्ट १९९८

२) विषय विशिष्ट - भूमिपात

३) अवकाशिक - उत्तर प्रदेशातील पिठौरागड

जी. आय. एस. संहीतामध्ये, विषय विशिष्ट सांख्यिकी ही त्या घटनेचे गुणधर्म सांगणारी अ-अवकाशिक (Non-Spatial) म्हणजे गुणविशेष सांगणारी माहिती असते. अवकाशिक माहितीमध्ये त्या ठिकाणांच्या नेमक्या भौगोलिक

स्थानाला महत्त्व असते. आणि हे स्थान सर्वांनाच समजावे, या दृष्टिने त्याचा जाळी संदर्भ (Grid Referenced) किंवा अक्षांश रेखांश संदर्भ आवश्यक असतो. या सगळ्याचा अर्थ असा की, जी. आय. एस. ला अभिप्रेत असलेली सांख्यिकी ही काळवेळेशी निगडीत, विषय विशिष्ट व भूसंदर्भित (Geo-referenced) असावी.

जी. आय. एस. मध्ये या अवकाशिक घटकाला फार मोठे महत्त्व आहे. अवकाश मिती (Spatial Dimension) मुळे सांख्यिकीचे माहितीत केले जाणारे रुपांतरण हे भौगोलिक क्रिया-प्रक्रियांचे नेमके वर्णन करावयास उपयुक्त ठरते.

नकाशाचे, अवकाशिक सांख्यिकीतील महत्त्व : कुठल्याही भौगोलिक प्रदेशाची माहिती संकलितपणे दाखविण्याचा पारंपारिक मार्ग म्हणजे नकाशा, आणि हाच नकाशा जी. आय. एस. तंत्रज्ञानाचाही, सांख्यिकी संकलनासाठी महत्त्वाचा घटक आहे. वास्तविक अवकाश व्याप्ती दर्शविण्याचा आणि पाहाण्याचा नकाशा हा एक उत्तम मार्ग आहे. त्यामुळे जी. आय. एस. साठी आवश्यक असलेली अवकाशिक सांख्यिकी समजण्यासाठी नकाशा समजणे अत्यंत गरजेचे आहे.

एखाद्या साध्या आराखड्यापासून ते स्थल निर्देशक नकाशा (Topographic Map) पर्यंतचे अनेकविध प्रकार नकाशा या संज्ञेत येतात. जी. आय. एस. च्या संदर्भात पुढील गोष्टीचा विचार केलेला नकाशा अधिक उपयुक्त असतो.

१) प्रमाण (Scale) २) उद्दिष्ट (Purpose)

३) विशिष्ट घटक (Features)

४) घटक दाखविण्यासाठी बिंदू, रेषाक्षेत्र पद्धतीचा वापर (Building blocks)

५) नकाशा प्रक्षेपण (Projection)६) संदर्भ पद्धती (Referencing System)

७) नकाशाची सूची (Annotation Key)

नकाशावरच्या सर्व घटकांचे एकमेकांशी असलेले भूमितीय संबंध म्हणजे त्या प्रदेशाचे स्थलविज्ञान (Topology) असते. हे स्थलविज्ञान जी. आय. एस. च्या परिणामकारक वापरासाठी आवश्यक ठरते.

प्रमाण : नकाशा हे प्रत्यक्ष भौगोलिक प्रदेशाचे प्रातिनिधिक स्वरूप असल्यामुळे तो नेहमीच विशिष्ट प्रमाणात असतो. हे नकाशे त्या प्रदेशाच्या अवकाशव्याप्तीपेक्षा किती लहान आहेत हे ज्यामुळे कळते त्याला प्रमाण असे म्हणता येईल. यथार्थ प्रदेश (Real World) आणि त्याचा नकाशा यातील प्रमाण हा दुवा आहे. नकाशातल्या दोन ठिकाणातील अंतर आणि यथार्थ प्रदेशातल्या त्याच दोन ठिकाणातील अंतर यातील गुणोत्तर ही प्रमाणाची व्याख्या असली, तरी प्रदेशातील वैशिष्ट्ये नकाशावर किती तपशिलांसह दिसू शकतील त्याची कल्पना देणाऱ्या परिमाणासही प्रमाण म्हणता येते. म्हणूनच जी. आय. एस. च्या परिभाषेत हे प्रमाण म्हणजे वियोजन किंवा तपशील दाखविण्याचे परिमाण असते. नकाशा प्रमाण दाखविण्याच्या मुख्य तीन पद्धती आहेत. यात शब्द प्रमाण, रेषा प्रमाण, व गुणोत्तर प्रमाण, (Verbal Scale), (Graphical Scale) व (Ratio Scale), यांचा समावेश होतो.

१ से.मी. लांबीची रेषा ५० मीटर अंतर दाखवते. हे प्रमाण १ से.मी. लांबीची रेषा काढून त्याच्या एका टोकास शून्य व दुसरा टोकास ५० मी असे अंक लिहून रेषा प्रमाणात दाखविता येते. हेच प्रमाण गुणोत्तर स्वरूपात १:५००० म्हणजे नकाशावरील १ से.मी. हा जमिनीवरील ५००० से.मी. चे म्हणजेच ५० मीटर चे प्रतिनिधित्त्व करतो, या अर्थाने मांडता येते.

तक्ता क्र. १ प्रमाण

गुणोत्तर प्रमाण	१ : ५०,०००	१ : २,५०००
शब्द प्रमाण	५००० मीटरला १ से.मी.	२५० मीटरला १ से.मी
रेषा प्रमाण	मी ४०० 0 ५००	मी. २५०० 0 २५०

अवकाशिक सांख्यिकी करता हवाई छायाचित्र किंवा उपग्रह प्रतिमा वापरली जात असेल तर जी. आय. एस. मध्ये त्याचे प्रमाण स्थलनिर्देशक नकाशाप्रमाणे लगेच लक्षात येत नाही, म्हणून ते ठरवावे लागते.

उद्दिष्ट : नकाशे हे विविध उद्दिष्टे लक्षात ठेवून तयार केलेले असतात. स्थल निर्देशक नकाशे, अनेक वापरकर्त्यांचा (Users) विचार करून केलेले असतात. त्यामुळे त्यावर अवकाशिक सांख्यिकीचे अनेक स्तर ओळखता येतात. काही नकाशे एखाद्याच विशिष्ट हेतूने तयार केलेले असतात. पर्यटनासाठी केलेल्या नकाशात कदाचित रस्ते, राहाण्याची ठिकाणे, यांसारख्या विशिष्ट घटनाच

दाखविलेल्या असतील. यामुळे जी. आय. एस. चा वापर करणाऱ्या व्यक्तीस आपण ज्या नकाशावरून अवकाशिक सांख्यिकी तयार करतो आहोत त्याचा मूळ हेतू माहिती असणे आवश्यक असते.

रचना खंड (Building Blocks/Spatial entities)

यथार्थ प्रदेशातील विशिष्ट घटक दाखविण्यासाठी पारंपारिक नकाशावर बिंदू, रेषा व क्षेत्र या रचनाखंडांचा किंवा अवकाशिक अस्तित्वांचा वापर केलेला असतो. नकाशाकारांनी (Cartographers) यथार्थ प्रदेशातील, त्रिमित गोष्टी, नकाशावर द्विमितीत (Two Dimensions) दाखविण्यासाठी अतिशय परिणामकारकपणे या रचना खंडांचा वापर केला. प्रत्यक्ष पृथ्वीपृष्ठावरील घटना किंवा वैशिष्ट्ये दाखविण्याचा हा सोपा मार्ग असला तरी नकाशाच्या प्रमाणानुसार त्याचे तपशील दाखवताना या रचनाखंडांचा अधिक चांगल्या प्रकारे वापर करता येतो.

जगाच्या नकाशावर एखादे शहर हे केवळ बिंदूने दाखविणेच शक्य होते. हेच शहर लघु प्रमाण नकाशावर (Small Scale Map) अधिक तपशीलासह म्हणजे त्यातील रस्ते, निवास क्षेत्रे, जलाशये इत्यादी गोष्टींसह दाखवता येते.

ज्या ठिकाणचे क्षेत्र दाखविणे केवळ अशक्य असते, अशी ठिकाणे शक्यतो बिंदू ने दाखवतात. जसे विहीर, किंवा पोष्टाची पेटी. याचे स्थान दोन भौगोलिक संदर्भानी म्हणजे जाळी संदर्भाने (Grid Reference) व त्याची उंची पाहिजे असल्यास तिसरा संदर्भ देऊन म्हणजे X, Y, Z अशा संदर्भात दाखविले जातात.

ज्या गोष्टी वास्तवात रेषाखंड स्वरूपात असतात त्या रेषांनी दाखवतात. जसे रस्ते व नद्या. प्रदेशात नसलेल्या, पण काल्पनिक अशा सीमा दाखविण्यासाठीही रेषाच वापरल्या जातात. रेषा अनेक प्रकारच्या भूवैशिष्ट्यांसाठी वापरल्या जातात. कालवे, प्रस्तरभंग रेषा, भूमिगत मार्ग यासाठीही रेषाच वापरल्या जातात. आणि इथे क्ष व य या दोन संदर्भाबरोबरच तिसरा संदर्भ वापरून, त्रिमिती स्वरुपातही त्यांचे स्थान दाखवता येते. वास्तविक पाहता रेषा ही अनेक बिंदू जोडूनच तयार होते, त्यामुळे बिंदूंचे गुणधर्म त्यात अभिप्रेत असतातच.

क्षेत्रव्यापी घटना किंवा गोष्टी या रेषा खंडांचे गट जोडून दाखविल्या जातात. (आ. २) शेतीचे किंवा जंगलाचे क्षेत्र, मैदाने, खेडी यांचे क्षेत्र ही या प्रकारची

उदाहरणे आहेत. जी. आय. एस. मध्ये क्षेत्र दर्शविणाऱ्या आकारास बहुभूजाकृति (Polygon) असे म्हटले जाते. बहुभूजाकृतिचे दोन प्रकार असतात. स्वतंत्र बहुभूजाकृति (Island Polygon) व समीप (Adjacent) बहुभूजाकृति. एखाद्या शहरात, औद्योगिक संकुलाने व्यापलेला भाग किंवा विस्तृत वाटिकेचा भाग हे स्वतंत्र, बेटासारख्या बहुभूजाकृतिचे, उदाहरण आहे. इतर बहुभूजाकृति, उदाहरणार्थ शेतजमिनींचे एकमेकास जोडलेले तुकडे, जवळजवळची खेडी, प्रशासकीय विभाग ही सर्व समीप बहुभूजाकृतिची उदाहरणे आहेत. बहुभूजाकृति दाखवताना रेषाखंड हे दोन अक्ष संदर्भ (X व Y) वापरुन दाखविलेले असतात. (आ. २) याच सांखिकीत तिसरा अक्षही वापरल्यास, बहुभूजाकृतिचा, त्रिमित पृष्ठ (Three dimensional Surface) तयार होतो.

अवकाशिक सांख्यिकी ही मुख्यत: सर्वसामान्य, वास्तव किंवा घटनादर्शक (Generalised) व सरलता असलेली (Simplied) अशी असते. अनेकदा हे वास्तव आणि सरलता तंत्रजन्य असते. हवाई छायाचित्रे, उपग्रह प्रतिमा, स्थलदर्शक नकाशा, जनगणना सांख्यिकी या सर्वातच एक तंत्रजन्य सरलता व विस्तृत उपयोजनास (Wide application) योग्य अशी वृत्ती असते. नकाशाचे प्रमाण किंवा प्रतिमेचे वियोजन यावर ती अवलंबून असते. सांख्यिकीतील ही सरलता किंवा तपशिलाची सहजता ही जी. आय. एस. च्या उपयोगासाठी खूपच उपयुक्त ठरते. नदीपात्राची रुंदी, नदीपात्रातील वाळूच्या संचयनाची उंची असे अनेक सूक्ष्म तपशील प्रमाणाचे किंवा नियोजनाचे नियंत्रण करून दाखविणे शक्य होते.

नकाशा प्रक्षेपण : जी. आय. एस. विश्लेषक (GIS Analyst) वर सांगितलेल्या पद्धति वापरून, प्रत्येक ठिकाणची किंवा घटनेची द्विआयामी (Two dimensional space) स्थाननिश्चिती करीत असतो. म्हणजेच नकाशाकाराप्रमाणेच तो पृथ्वीचा आकार सपाट आहे असे समजून सांख्यिकीचे निर्देशन करीत असतो. याकरता तो नकाशाचे विशिष्ट प्रक्षेपण वापरत असतो.

ज्या तंत्रामुळे पृथ्वीचा गोल पृष्ठभाग द्विमीत सपाट प्रदेशावर रुपांतरीत केला जातो त्यास प्रक्षेपण असे म्हटले जाते. पृथ्वीवरील खंडे व महासागर यांचा आकार जसा आहे तसा कागदावर प्रक्षेपित करण्याचा यात प्रयत्न केलेला असतो. अर्थातच प्रत्येक प्रक्षेपणानुसार काही गुणधर्मात त्रुटी या राहतातच. काही प्रक्षेपणात दोन ठिकाणातील अंतर बरोबर राहते पण त्याच्या बदल्यात

दिशादर्शनात अवास्तवता येते. काही प्रक्षेपणात आकारांचे निर्देशन बरोबर होते पण त्याच वेळी क्षेत्रफळात चूक होते. असे असले तरी आज पृथ्वीच्या घनगोलाकृतीचे द्विमीत कागदावर रुपांतरण करण्याचा प्रक्षेपण हाच एकमेव पर्याय उपलब्ध आहे. भविष्यात कदाचित त्रिमित प्रतिमानी (Three Dimensional modelling) व आभासी यथार्थता (Virtual reality) या क्षेत्रात अधिक संशोधन होऊन याला उत्तर मिळेलही!

नकाशा प्रक्षेपणाचे खमध्य (Zenithal) शंकाकृती (Conical) व दंडगोलीय (Cylindrical) असे प्रमुख तीन प्रकार (आ. ४) असून त्यापैकी दंडगोलीय प्रक्षेपणाचा (Transverse Mercator) हा प्रकार अवकाशिक सांख्यिकीसाठी अधिक उपयुक्त प्रकार आहे. या प्रक्षेपणात, प्रमाण, आकार, क्षेत्रफळ आणि दिशा यांचे लहान प्रदेशासाठी योग्य रेखाटन होऊ शकते.

जी. आय. एस. वापरताना सांख्यिकीसाठी वापरले जाणारे प्रक्षेपण अनेक दृष्टीने महत्त्वाचे असते. जसे जी. आय. एस. च्या वापरात प्रदेशांच्या नेमक्या क्षेत्रफळाचे मोजमाप करणे गरजेचे असेल तर, ज्या प्रक्षेपणात क्षेत्रफळ दाखवताना चूक होते ते वापरणे इष्ट ठरणार नाही. मोठ्या प्रमाणावरील नकाशा (Large scale map) वापरायचा असेल तर कदाचित क्षेत्रफळाच्या मोजमापनात नगण्य फरक पडेल, पण लहान प्रमाणावरील नकाशाबाबत मात्र ही चूक फार मोठी असेल. बऱ्याचशा जी. आय. एस. संहतीत निरनिराळ्या प्रदेशातील सांख्यिकीचे समाकलन अभिप्रेत असल्यामुळे, त्यावेळी मात्र प्रक्षेपण बदलण्याची क्षमता संहतीत असणे अत्यावश्यक असते. नाहीतर विविध स्त्रोत असलेली सांख्यिकी वापरता येत नाही.

अवकाशिक संदर्भ पद्धती – पृथ्वीवरील किंवा नकाशावरील कोणतीही वैशिष्ट्ये किंवा घटना संदर्भ बिंदूनी ओळखण्यासाठी संदर्भपद्धति वापरावी लागते. कोणत्याही संदर्भपद्धतिने पुढील गोष्टींची पूर्तता करणे गरजेचे असते.

१) पद्धतीचे स्थैर्य (Stability)

२) बिंदू, रेषा व क्षेत्र दाखविण्याची क्षमता

३) लांबी, क्षेत्रफळ आणि आकार मोजण्याची क्षमता.

अवकाशीय संदर्भ मापनाच्या प्रमुख तीन पद्धतिमध्ये पुढील पद्धतिचा समावेश होतो.

१) भौगोलिक सहअक्ष प्रणाली (Geographic co-ordinate system)

प्रक्षेपणांचे प्रकार
(Types of Projection)

Characteristics	Mercator	Transverse Mercator	Oblique Mercator	Polyconic
Parallels	Parallel Straight Lines Unequally Spaced	Curves Concave Toward Nearest Pote	Sine Curves	Arcs of Non-Concentric Circles Equally Spaced on Mid-Meridian.
Meridians	Parallel Straight Lines Equally Spaced	Complex Curves Concave Toward Central Meridian	Curved Lines	Mid-Meridian Straight Other Curved
Appearance of Grid	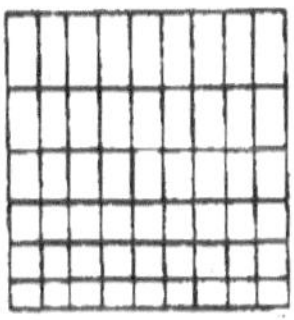	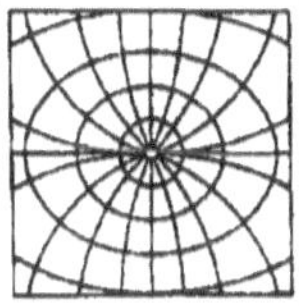		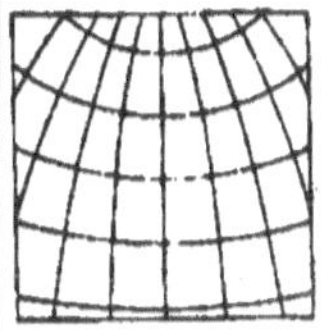
Great Curcle	Curved Line (Except Equator and Meridians)	Curved Line	Straight Line Along Tangent Line	Approximated by Straight Line Near Mid-Meridian
Rhumb Line	Straight Line	Curved Line	Curved Line	Curved Line
Distance scale	Mid-Latitude	Nearly Constant	Nearly Constant	Constant for Small Areas, Variable for Larger Areas
Graphic Illustration	Cylinder Tanget at Equator 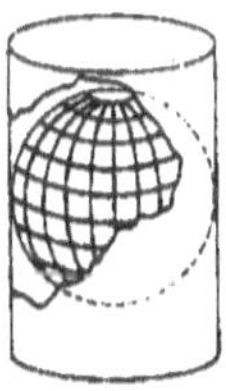	Cylinder Tanget Across Poles 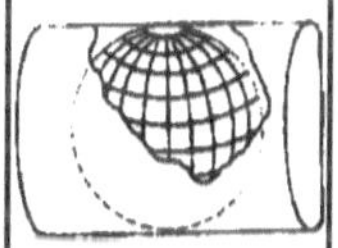	Cylinder Tanget 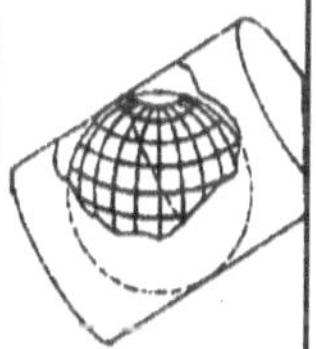	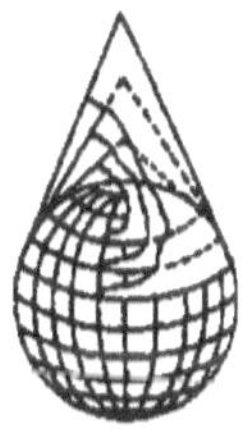
Origin of Projectors	Center of Sphere	Center of Sphere	Center of Sphere	Center of Sphere
Distortion of Shapes and Areas	Increases Away From Equator	Increases Away from Meridian of True Scale	Increases Away from Great Circle of True Scale	Increases Away From Mid-Meridian
Navigational Uses	Dead Reckoning and Celestial (Suitable for all Types)	Grid Navigation in Polar Aresa	??? Charts of Great Circle Paths	Ground Forces Maps
Conformality	Yes	Yes	Yes	Not Conformal but is Used as Such on Very Large Scale Maps

आ. ४

U.T.M. प्रक्षेपण

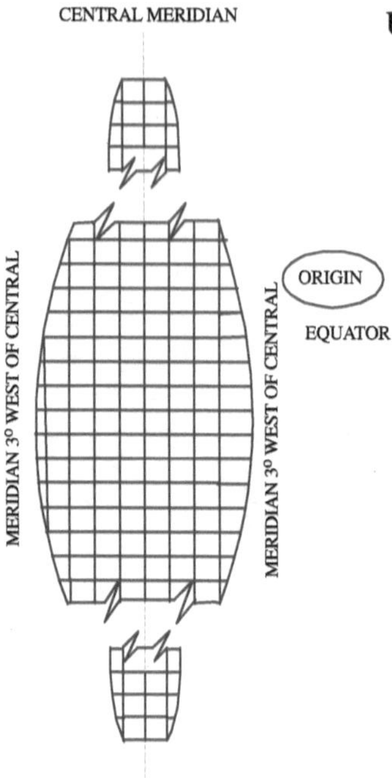

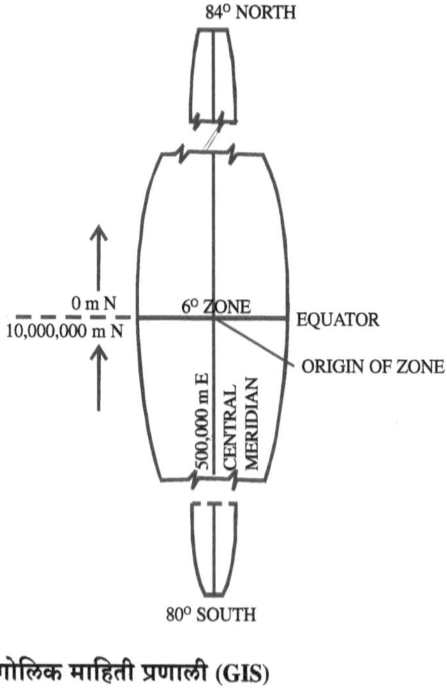

आ. ५

३) विना सहअक्ष प्रणाली (Non-co-ordinate system)

पृथ्वीवरील कोणत्याही स्थानाचे अक्षांश व रेखांश ही त्याच्या संदर्भाची सर्वात योग्य पद्धत आहे. हीच भौगोलिक सहअक्ष प्रणाली होय. पृथ्वीवरील कोणत्याही ठिकाणाचे भौगोलिक स्थान अंश, मिनिटे व सेकंदात व्यक्त केलेल्या अक्षांश व रेखांशात अचूकपणे सांगता येते. सारख्या रेखांशाचे रेखावृत्त व सारख्या अक्षांशाचे अक्षवृत्त ही भूपृष्ठावर कल्पिलेली अनुक्रमे अर्धवर्तुळे व वर्तुळे आहेत. रेखावृत्ते एका ध्रुवापासून दुसऱ्या ध्रुवापर्यंत अर्धवर्तुळाकृती आकारात कल्पिलेली असतात. इंग्लंडमधील ग्रीनविचच्या रॉयल ऑबझर्वेटरीवरून जाणारे रेखावृत्त हे मध्यवर्ती रेखावृत्त मानले जाते. यास मुख्यरेखावृत्त (Prime meridian) म्हटले जाते. दोन जवळजवळच्या रेखावृत्तात, विषुववृत्तीय प्रदेशात सर्वात जास्त अंतर असते. अक्षवृत्ते ही रेखावृत्तांना काटकोनात छेदतात. सर्वात मोठ्या परीघाच्या अक्षवृत्ताला विषुववृत्त म्हटले जाते.

भौगोलिक संदर्भ पद्धती या गृहितावर आधारीत आहे की पृथ्वी हा एक आदर्श घनगोल (Perfect sphere) आहे. वास्तवात, पृथ्वी ध्रुवांपाशी थोडी चपटी व विषुववृत्तापाशी फुगीर आहे. शिवाय पृथ्वीचा पृष्ठभाग पर्वत, मैदाने, समुद्रतळ यांनी ओबडधोबड व असमान बनलेला आहे. त्यामुळे एखाद्या लहान प्रदेशाच्या नकाशाच्या संदर्भात, स्थानिक सुधारणा करूनच संदर्भ द्यावा लागतो. यासाठी जी. आय. एस. तंत्रात, त्रिकोणी जाळी संदर्भ पद्धती वापरली जाते (Triangular Mesh referencing) यात अक्षवृत्ते रेखावृत्तांची सारख्याच आकाराच्या त्रिकोणांनी अदलाबदल (Replacement) केलेली असते. प्रत्येक त्रिकोण सारख्याच आकाराचा व क्षेत्रफळाचा असतो. त्रिकोण जाळी लवचिक (Flexible) स्वरूपाची असल्यामुळे, स्थानिक उंच सखलपणामुळे येणारी त्रुटी सुधारून संदर्भ देता येतो.

आजकाल सर्वच नकाशावर, अक्षवृत्ते ही संदर्भ जाळीत (Reference Grid) रूपांतरित करून व्यक्त केली जातात. यास आयताकृतिसह अक्षप्रणाली म्हटले जाते. सर्व प्रकारच्या आयताकृति प्रणालीमध्ये त्या त्या प्रदेशासाठी विवक्षित संदर्भजातीचा वापर करता येतो. याचे उत्तम उदाहरण म्हणजे युनिव्हर्सल ट-ान्सवर्स मर्केटर (UTM) समतल संदर्भ प्रणाली (Plane Grid System) यात ट-ान्सवर्स मर्केटर प्रक्षेपणाचा वापर केलेला असतो. या पद्धतीप्रमाणे पृथ्वीपृष्ठाची ६० उभ्या विभागात विभागणी केलेली असते. प्रत्येक विभाग ६ अंश रेखावृत्तीय

विस्ताराचा असून ध्रुवीय प्रदेशाचा त्यात समावेश केलेला नाही. (आ. ५) परिशिष्ट ७.

विनासहअक्ष प्रणालीत, संदर्भासाठी सहअक्षाचा (co-ordinates) वापर न करता वर्णनात्मक सांकेतिक भाषा वापरलेली असते. पोस्टल कोड नंबर हे त्याचे उत्तम उदाहरण आहे. काही पोस्टल कोड हे पूर्णपणे अंक रूपात (Numeric) तर काही आद्याक्षर-अंक (Alpha numeric) स्वरूपात असते. जसे, पीन कोड नंबर हे पूर्णपणे अंक रूपात आहेत. या पद्धतीने स्थान निर्देशन तर होतेच पण पुरेशी गोपनीयता ही (secrecy) राहू शकते.

प्रत्येक अवकाशिक संदर्भ पद्धतीचे काही तोटे असतातच. विना सहअक्ष पद्धतीत, संदर्भ वारंवार अद्ययावत करावे लागतात किंवा भौगोलिक संदर्भ देताना नकाशा प्रक्षेपणाचाही विचार करावा लागतो. इतरही काही अडचणी येतात. त्या अशा,

१) काही अवकाशिक गोष्टी स्थिर नसतात. वाहने, प्राणी, माणसे किंवा नदीतील गाळाचे संचयन प्रदेश, प्रदूषित ठिकाणे, ही कालपरत्त्वे त्यांचे स्थान बदलत असतात. त्यामुळे त्यांच्या स्थानाचा संदर्भ तेवढ्यापुरताच किंवा अल्पकालीन असतो.

२) काही अवकाशिक घटनात बदल होतात. नद्यांचे मार्ग बदलतात. रस्त्यांचे पुनर्स्थानिकरण (relocation) होते. योजना क्षेत्रांचे पुनर्निश्चितीकरण (redefinition) होते. यावेळी संदर्भ बदलतात.

३) एकच गोष्ट नकाशा प्रमाणानुसार कमी जास्त क्षेत्रव्यापी होते, तेव्हाही संदर्भात बदल करावा लागतो. देशाच्या नकाशात शहर बिंदू म्हणून दाखविलेले असताना त्याचा संदर्भ बिंदूचा असेल पण शहराच्या नकाशात, त्याचा संदर्भ बहुभूजाकृतिचा असेल.

जी. आय. एस विश्लेषकाला विविध ठिकाणाहून, विविध पद्धतींनी संदर्भित केलेल्या सांख्यिकीचे समाकलन करायचे असेल तर खूपच अडचणी येतात. उच्च प्रतीच्या जी. आय. एस संहितामध्ये या समाकलनाचीही सोय आता उपलब्ध असते.

स्थलविज्ञान (Topology) - जे घटक वाकवणे (Bending) किंवा ताणणे (Stretching) यासारख्या रुपांतरणामुळे बदलत नाहीत आणि जे घटक

कोणत्याही सह- अक्ष प्रणालीवर अवलंबून नसतात, अशा घटकांच्या भूमितीय गुणधर्मास स्थलविज्ञान असे म्हटले जाते. हे गुणधर्म मापनाच्या (Scale of measurement) प्रमाणावरही अवलंबून नसतात. समीपता (Adjacency), समाविष्टता (Containment) आणि जोडणी (connectivity) हे अवकाशिक सांख्यिकीचे स्थलवैज्ञानिक गुणधर्म आहेत.

क्षेत्रीय घटनामध्ये (Area Features) समीपता व समाविष्टता हे दोन्ही गुणधर्म असतात. जवळजवळच्या दोन क्षेत्रात समीपता दर्शक सीमा असते. उदाहरणार्थ खाडी क्षेत्र आणि खारभूमी यात समीपता असते. तसेच खाडीक्षेत्रात खारफुटी विभाग समाविष्ट असतो. रस्त्यांचे जाळे किंवा नद्या-उपनद्यांचे जाळे यात जोडणी हा स्थलवैज्ञानिक गुणधर्म असतो.

जी. आय. एसच्या विश्लेषणात विविध घटकांचे भूमितीय संबंध लक्षात घेणे गरजेचे असते. नाहीतर ''अ पासून ब पर्यंत जाण्यासाठी कमी अंतराचा मार्ग कोणता ?'' किंवा ''खाडीत एकूण किती खारफुटीचे विभाग आहेत ?'' अथवा ''खाडीजवळ पुनर्प्रापण (Reclamation) योग्य असे किती खारभूमी विभाग आहेत ?'' यासारख्या प्रश्नांची उत्तरे देणे कठीण जाऊ शकते.

अवकाशिक सांख्यिकीचे विषय विशिष्ट गुणधर्म

बिंदू, रेषा व क्षेत्र दर्शक घटकाच्या वर्णनासाठी जी माहिती पुरवली जाते त्यास त्या सांख्यिकीचे गुणविशेष (Attributes) म्हटले जाते. उदाहरणार्थ, सांख्यिकीतील बिंदूंनी हॉटेल्स या विषयाचे निर्देशन केलेले असेल, तर प्रत्येक बिंदूसाठी म्हणजे वेगवेगळ्या हॉटेलसाठी तेथील सुविधा, सुखसोई, मुख्य उद्योग क्षेत्रापासून अंतर इत्यादी माहिती पुरवली जाते. गाव हा विशिष्ट विषय बहुभूजाकृतीने दाखवला असेल तर प्रत्येक गावाची लोकसंख्या, तेथील उपलब्ध सोई, शेतजमिनींचे प्रमाण, विहिरींची संख्या इत्यादी माहिती गुणविशेष म्हणून पुरविली जाते. पुरविलेल्या गुणविशेषांच्या स्वरूपावर, कोणत्याही जी. आय. एस. संहितेची उपयुक्तता अवलंबून असते किंवा संहितेची उपयुक्तता ठरविणे हे एका अर्थाने सांख्यिकीच्या गुणविशेषांवरच ठरते.

ही सांख्यिकी मोजमापाचे कोणते परिमाण वापरून मिळविलेली आहे, ते जास्त महत्त्वाचे असते.

साधारणपणे पुढील चार प्रकार, मोजमापाची परिमाणे (scales of measurement) म्हणून वापरली जातात.

१) नामदर्शक प्रमाण (Nominal scale)

२) क्रमदर्शक प्रमाण (Ordinal scale)

३) आंतरदर्शक प्रमाण (Interval scale)

४) गुणोत्तर प्रमाण (Ratio scale)

पहिल्या प्रकारात मोजमाप हे केवळ नामदर्शक स्वरूपातच असते. गणिती अर्थाने या आकड्यांची बेरीज अर्थपूर्ण नसते. टेलिफोन क्रमांक हे याचे उदाहरण आहे. विविध टेलिफोन क्रमांकाची बेरीज, वजाबाकी, भागाकार याला काही अर्थ नसतो. १ किंवा ० अशी रचनाही याच प्रकारात मोडते.

दुसऱ्या प्रकारात, गुणविशेषांची श्रेणी दिलेली असते. आकड्यांची क्रमवारी लक्षात घेऊन चढत्या किंवा उतरत्या क्रमाने, सांख्यिकीस श्रेणी देता येते. इथेही गणिती प्रक्रिया अर्थपूर्ण ठरत नाहीत.

तिसऱ्या प्रकारात दोन संख्यातील फरक महत्त्वाचा असतो. उदा. तापमान दर्शविताना असे म्हणता येते की दोन तापमान नोंदीतील फरक १० अंश सेल्शिअस आहे.

चौथ्या प्रकारात दोन अंकाचे गुणोत्तर लक्षात घेतलेले असते. त्यामुळे एकापेक्षा दुसरा किती पटीने मोठा किंवा लहान आहे याची कल्पना येते.

जी. आय. एस. संहितेत वापरलेली आकडेवारी ही बरेच वेळा पहिल्या दोन प्रकारची म्हणजे नामदर्शक व क्रमदर्शक असते. कोणत्याही जी. आय. एस. वापरकर्त्याला (User) सांख्यिकी कोणती पद्धती वापरून मिळवलेली आहे, हे माहिती असणे आवश्यक असते. संगणक प्रणालीच्या दृष्टीने सर्व संख्या सारख्याच असतात व त्यांना एकाच पद्धतीने हाताळले जाते. त्यामुळे जी. आय. एस. वापरणाऱ्यास माहिती नसेल, तर संगणक शहरांच्या श्रेणीची बेरीज करून जास्त श्रेणीचे शहर दाखविण्यासारखी गल्लत करू शकेल. दोन वेगळे मृदा प्रकार २ व ३ या अंकांनी दाखविले असतील तर संगणक दोन अंकाचा गुणाकार करून अर्थहीन असा अंक देऊ शकेल. गुणोत्तर प्रमाण व वर्गांतर प्रमाणात अशा तऱ्हेची चूक अर्थातच संभवत नाही.

अवकाशिक सांख्यिकीचे इतर स्त्रोत

सर्व तऱ्हेचे नकाशे आणि विशेषत: स्थल निर्देशक नकाशे (परिशिष्ट २) यापेक्षा अन्य स्त्रोतांच्या साहाय्यानेही अवकाशिक सांख्यिकी प्राप्त करून घेता येते. यात जनगणना व सर्वेक्षण सांख्यिकी, हवाई छायाचित्रे, उपग्रह प्रतिमा व जागतिक स्थाननिश्चिती (Global Positioning System) यंत्रणा यांचा प्रामुख्याने समावेश होतो.

जनगणना व सर्वेक्षण सांख्यिकी – लोकसंख्येची सांख्यिकी व तद्अनुषंगिक माहिती, रोजगार संबंधी सांख्यिकी, शेती किंवा बाजारासंबंधी माहिती, या प्रकारात सांख्यिकीला अवकाशिक संदर्भ असेल तर तो सांख्यिकीचा व माहितीचा एक उत्तम स्त्रोत होऊ शकतो.

विविध प्रशासकीय विभागासाठी, वॉर्डस्, गावे, जिल्हे, देश, प्रदेश अशा विविध अवकाशिक पातळ्यावर ही सांख्यिकी गोळी केली जाते. विविध डाक विभाग (Postal Areas) आणि निवडणूक विभाग (Electoral Area) यांचाही यात समावेश होतो.

हवाई छायाचित्रे – हवाई छायाचित्रण हे पृथ्वीच्या पृष्ठभागाच्या प्रत्यक्ष संपर्कात न येता, दुरून केलेले त्याचे चित्रण असते. (परिशिष्ट ३) छायाचित्र घेतले जाते त्यावेळचे त्या प्रदेशाचे ते चित्र असते. या चित्रात त्या प्रदेशाबद्दलची भरपूर माहिती चित्रित झालेली असते. नकाशावरून मिळवलेल्या सांख्यिकीसाठी पूरक अशी अचूक सांख्यिकी हवाई छायाचित्रणातून उपलब्ध होते. जी माहिती नकाशावर मिळणे कठीण असते अशी भूमीउपयोजन, वनस्पतींचे प्रकार, मृदेची बाष्प धारण पातळी किंवा उष्णतेची पातळी, यासारख्या घटनांची वर्णपटलीय माहिती (spectral) नकाशाच्या जोडीने वापरता येते. वेगवेगळ्या वेळी घेतलेल्या हवाई छायाचित्रावरून प्रदेशातील घटकात होणारे बदलही अभ्यासता येतात. खननकर्म (Mining), पूरप्रवृत्ती (Flooding) भूस्खलन (Land Sliding) यासारख्या घटनाची स्थल-कालाशी निगडीत अशी भरपूर सांख्यिकी गोळा करता येते.

जी. आय. एस. तंत्रात, सांख्यिकीचा उत्तम स्त्रोत म्हणून हवाई छायाचित्रांचा उपयोग होण्यामागे, पुढील वैशिष्ट्ये कारणीभूत आहेत.

१) हवाई छायाचित्रांची भरपूर उपलब्धता.

२) इतर दूर संवेदन प्रतिमांपेक्षा, तुलनेने कमी किंमत

३) विस्तृत प्रदेशाचे चित्रण

४) नेमक्या काळासाठी चित्रणाची उपलब्धता.

५) उच्च प्रतीचे अवकाशिक व वर्णपटलीय नियोजन

६) त्रिमित आकलन

जी माहिती दुय्यम स्त्रोतातूनही मिळणे अवघड जाते अशी (जंगलातील आगीचा विस्तार, नवीन बांधकामानी व्यापलेल्या प्रदेशाची सीमा) हवाई छायाचित्रातून अचूकपणे मिळू शकते (आ. ६) या छायाचित्राचा महत्त्वाचा दोष म्हणजे यावर अवकाशिक भूसंदर्भ (Spatial Georeference) मिळू शकत नाही. नकाशाच्या सहाय्याने तो शोधून, छायाचित्रांना जोडावा (Attach) लागतो.

विविध प्रमाणावर घेतलेली तिरकी (oblique) किंवा अनुलंब (vertical) हवाई छायाचित्रे, प्रदेशाचे सर्व बारकाव्यांसह चित्रण देत असल्यामुळे जी. आय. एस.मध्ये त्याची उपयुक्तता अनन्यसाधारण अशीच आहे.

उपग्रह प्रतिमा – उपग्रहातील संवेदकामार्फत (sensor), घेतलेली प्रतिमा, पृथ्वीकडे विद्युतसंकेता (electronic signal) मार्फत पाठवल्यावर संगणकाच्या साहाय्याने त्यावर प्रक्रिया करून त्यापासून उपग्रह प्रतिमा मिळवली जाते. (परिशिष्ट ४) (आ. ७)

ही सांख्यिकी स्वरूपातील प्रतिमा, विविध पद्धतींनी समजून घेतली जाते. (interpreted), सहजपणे लक्षात न येणारे अनेक बारकावे या प्रतिमांतून सहजपणे समजतात. शेतजमिनीतील आर्द्रतेच्या प्रमाणात दिसणारे फरक, नागरी वस्त्यातील घरांच्या छतातून उत्सर्जित होणारी उष्णता, तळी, सरोवरे, खाड्या यातील अवसादांची पसरण (sediment dispersal) यासारख्या अनेकविध गोष्टी उपग्रह प्रतिमांतून ओळखता येतात.

संगणकावरील या समीक्षित (Scaned) प्रतिमा म्हणजे चित्रघटकांची (Pixel, Picture Elements) साठवण किंवा संग्रहच असतो. प्रत्येक चित्रघटक, संवेदकाने प्राप्त केलेल्या पृथ्वीवरून परावर्तित झालेल्या सौरप्रारणाचे प्रमाण दाखवतो. चित्रघटकाचा आकार, प्रतिमेच्या वियोजनाचीही कल्पना देतो. चित्रघटकाचा आकार जेवढा लहान तेवढे वियोजन जास्त असते. लँडसॅट हा उपग्रह ३० मीटर c ३० मीटर एवढ्या चित्रघटकात सांख्यिकी गोळा करतो.

दूर संवेदन तंत्राने मिळविलेल्या सांख्यिकीचे आधुनिक रुप म्हणजे LIDAR (Light Detection And Ranging). जमिनीवरील उंचसखल भागांच्या उंची बद्दलची सांख्यिकी मिळवण्याकरता विमानात बसविलेल्या लेसरचा यात उपयोग केला जातो. केवळ १५ सेमी इतक्या अचूकतेने हे चित्रण केले जाते. प्रत्येक मोजमापास जागतिक स्थाननिश्चिती यंत्रणेचा (GPS) वापर करून भूसंदर्भ दिला जातो. सविस्तर आणि उच्च प्रतीच्या सांख्यिक उंची प्रतिमानाच्या (Digital Elevation Model) निर्मितीसाठी LIDAR चा खूपच चांगला उपयोग होऊ शकतो.

दूर संवेदनाने मिळालेली माहिती ही अंक स्वरुपात (Digital Format) असल्यामुळे जी. आय. एस. साठी जास्त उपयुक्त असते. शिवाय या स्वरुपातील सांख्यिकीचे संगणकासाठी सहज रुपांतरण होऊ शकते. अर्थात यासाठी काही प्रक्रियाही कराव्या लागतात. उदाहरणार्थ, अपरिमित सांख्यिकी व्यवस्थापन करता येईल इतकी कमी करणे, वियोजन जुळवून घेणे, प्रक्षेपण बदलणे किंवा चित्रघटकाचा आकार बदलणे.

वेगवेगळ्या तरंगलांबी प्रदेशात (Wave length bands), प्रतिमेचे वाचन करता येणे हा आणखी एक महत्त्वाचा फायदा दूरसंवेदन प्रतीमानात असतो. खूप उंचावरून संवेदकाने प्रदेशाचे संवेदन केले असल्यामुळे विस्तृत प्रदेशाची प्रतिमा मिळते व त्यामुळे प्रादेशिक (Regional) पातळीवरील भूवैशिष्ट्यासंबंधी (उदा. पर्वतीय प्रदेश, मैदानी प्रदेश, भूगर्भशास्त्रीय पृष्ठभाग, प्रस्तरभंग विभाग) सांख्यिकी गोळा करता येते.

जागतिक स्थाननिश्चिती यंत्रणा (Global positioning system : GPS)

जेव्हा नकाशा, हवाई छायाचित्र किंवा उपग्रह प्रतिमा यासारख्या माध्यमातून आवश्यक असलेली माहिती किंवा सांख्यिकी मिळू शकत नाही, तेव्हा पारंपारिक सर्वेक्षणाने ही त्रुटी भरून काढली जाते. यात प्लेन टेबल, थिओडोलाइट, लेव्हल, यासारख्या उपकरणांचा वापर केला जातो.

याचे आधुनिक व प्रगत रुप म्हणजे GPS. याच्या वापराने कोणत्याही ठिकाणाची स्थाननिश्चिती व त्याच्या उंचीचे मापन अचूकपणे व जलद होऊ शकते. ही सांख्यिकी नंतर गुणविशेष स्वरुपातही (Attributes) जी. आय. एस. संहितेत जोडली जाऊ शकते. (परिशिष्ट ५)

अशा तऱ्हेने, यथार्थ भौगोलिक प्रदेशातील क्लिष्टता समजून घेण्यासाठी विविध प्रकारची अवकाशिक सांख्यिकी अनेकविध पद्धतींचा वापर करून मिळवली जाते. ह्या सांख्यिकीचा परिणामकारक वापर जी. आय. एस. संहितेमार्फत करून विविध क्रिया प्रक्रिया व घटकांचे उपयुक्त विश्लेषण केले जाते.

□□

प्रकरण ३

अवकाशिक (अभिक्षेत्रीय) सांख्यिकीचे व्यवस्थापन

(Management of Spatial Data)

मनुष्याच्या डोळ्यांना भूप्रदेशातील विविध गोष्टींचे आकार व आकृत्या लक्षात येतात. पण संगणकाला ठराविक आकार व आकृत्या ओळखण्याच्या, त्यांची हाताळणी करण्याच्या व प्रदर्शन करण्याच्या सूचना द्याव्या लागतात.

सर्वप्रथम, ज्या घटना संगणकीय प्रतिकृतित समाविष्ट करायच्या असतील त्या ओळखून किंवा निश्चित करून, त्या कशा दाखवायच्या ते ठरवावे लागते. ही सर्व प्रक्रिया एका उदाहरणासह समजून घेणे जास्त योग्य ठरेल.

आकृती ८ हा एका किनारी प्रदेशाचा नकाशा आहे. बिंदू, रेषा व क्षेत्र या मूलभूत (Basic) रचनाखंडांच्या साहाय्याने, वस्त्यांचे, रस्त्यांचे, शेतजमीन, नदीपात्र, जंगलक्षेत्र, नद्या-उपनद्या यांचे निर्देशन करणे आवश्यक आहे. याचबरोबर पायवाटांचे जाळे, नद्याउपनद्यांचे जाळे यांचाही विचार करावा लागेल. जी. आय. एस. संहितेचा वापर करताना ह्या यथार्थ प्रदेशाचे, प्रातिनिधिक प्रतिमान (Model) करणे आवश्यक असते. संगणकावर जाळी (Raster) व सदिश (Vector) प्रतिकृती स्वरुपात ही प्रक्रिया केली जाते. त्यानुसार यथार्थ प्रदेशाची दोन प्रतिमाने किंवा दृष्ये (views) मिळतात.

१) जाळी प्रतिमान (Raster Model) : किंवा जाळी प्रतिकृती किंवा जाळी दृष्य (Raster View) : या प्रतिमानात मूलभूत रचनाखंड म्हणजे प्रत्येक जाळी चौकोन (Grid cell) असतो. अशा अनेक जाळी चौकोनांच्या साहाय्याने, त्यांच्या गटांनी (Groups) एकाद्या घटनेचा किंवा भूप्रदेशाचा आकार तयार केला जातो. यात जाळी चौकोनाचा आकार (Size) फार महत्त्वाचा असतो. लहान आकाराच्या जाळी चौकोनांनी, यथार्थतेच्या जवळ येणाऱ्या प्रतिकृती तयार होतात.

२) सदिश प्रतिकृती किंवा सदिश दृष्य (Vector Model / Vector View) : या प्रतिमानात द्विमित किंवा द्विआयामी (Two Dimensional) सहअक्ष पद्धतीचा वापर करून, मूळ प्रदेशाचा आकार तयार केला जातो. या प्रतिमानात बिंदू हा मूलभूत रचना खंड मानला जातो. बिंदू जोडून रेषा करणे सहज

शक्य असते. बिंदू पासून रेषा व रेषांच्या जोडणीने बहूभुजाकृति अशा पद्धतीने भूपृष्ठावरील बहुविध घटना अचूकपणे निर्देशित करता येतात (आ. १०) आकृति जेवढी क्लिष्ट तेवढी ती दाखविण्यासाठी लागणाऱ्या रेषाखंडांची संख्याही जास्त. एखादा आकार दाखविण्यासाठी नेमके किती बिंदू वापरावे व किती रेषाखंड तयार करावे हे ठरविणे हाच या प्रक्रियेतला गोंधळात टाकणारा भाग असतो.

अगदी कमी बिंदू वापरले तर मूळ आकृतीच्या आकारात तडजोड होते. आवश्यकतेपेक्षा जास्त बिंदू वापरले तर संगणकात साठवण करण्याची सांख्यिकी निष्कारण वाढते. त्याचा खर्चही वाढतो आणि काही वेळा सांख्यिकीची द्विरुक्ति (Duplication) सुद्धा होते.

अवकाशिक सांख्यिकीच्या संरचना (Spatial Data Structures)

अवकाशिक सांख्यिकी प्रतिमानाची पुनर्रचना (Restructuring) करण्यासाठी संगणकाला अंक स्वरुपात (Digital Format) सांख्यिकीची रचना आवश्यक असते. जी. आय. एस. मध्ये अनेक प्रकारच्या सांख्यिकी रचना वापरल्या जातात. त्यामुळेच अनेकदा, वेगवेगळ्या जी. आय. एस. संहितामध्ये अवकाशिक सांख्यिकीची अदलाबदल (Exchange) करणे कठीण बनते. तरीही जाळी व सदिश अशा मुख्य दोन प्रकारांसाठी संरचना करणे (Structuring) शक्य असते.

जाळी सांख्यिकीची संरचना (Raster Data Structures)

एखाद्या प्रदेशाच्या संगणकावरील साठवणीसाठी व निर्देशनासाठी अनेक पद्धती उपलब्ध आहेत. आ. ११ मध्ये याची सगळ्यात सोपी पद्धत दाखवली आहे. ही एक प्रकारची संकेतसंहीताच (coding) आहे. यात प्रदेश किंवा चित्र दर्शविणाऱ्या प्रत्यारोपित केलेल्या जाळीतील प्रत्येक जाळीचौकोन हा एका पट रचनेत (File structure) जसाच्या तसा दाखविलेला असतो. पट रचनेच्या डोक्यावर रचनेतील एकूण ओळी किंवा रांगा (Rows) आणि स्तंभ (column) सांगितलेल्या असतात व प्रत्येक जाळीचौकोनाची जास्तीत जास्त किंमत किती आहे ते सांगितलेले असते.

आकृती ११ मध्ये या संरचनेत जिथे किनारी सपाट प्रदेश आहे तिथे चौकोनात १ अंक लिहून व जिथे असा प्रदेश नाही तिथे शून्य लिहून एका संकेतसंहितेने संरचना दाखविलेली आहे.

या संहितेत प्रदेश वैशिष्ट्यासाठी स्वतंत्र पट रचना म्हणजेच स्वतंत्र थर तयार करावा लागतो. आपल्या उदाहरणात आकृती १२ व १३ मध्ये दाखविल्याप्रमाणे ५ थर किंवा पट रचना तयार होतील.

अर्थात एकाच जाळीस्तरात (Raster layer) विविध घटनांना वेगवेगळे संकेत वापरूनही संरचना तयार करता येते. (उदाहरणार्थ निवासी क्षेत्रासाठी १, जंगलासाठी २, शेतजमिनीसाठी ३ असे संकेत वापरता येतात) अशी संरचना आ. १३ मध्ये दाखविल्याप्रमाणे दिसते.

जाळी संरचनेचा मोठा दोष म्हणजे जाळीचौकोनाचा आकार किंवा आकारमान (Size) अनेक विभाग किंवा उपविभाग असलेल्या प्रदेशाच्या निर्देशनासाठी जेवढी जागा लागते, तेवढीच जागा एखादाच विभाग असलेल्या प्रदेशाच्या निर्देशनासाठी लागते. त्यामुळे, अशावेळी सांख्यिकी आटोपशीर करणाऱ्या, तिथे संक्षिप्तिकरण (compaction) करण्याच्या पद्धति वापरल्या जातात. त्या थोडक्यात पुढीलप्रमाणे सांगता येतील.

१) रांगेनुसार संकेतीकरण (Run length encoding) : या पद्धतीत सांख्यिकीचे प्रमाण किंवा विस्तार प्रत्येक ओळीनुसार किंवा रांगेनुसार कमी केला जातो. पट रचनेच्या डोक्यावर एकूण रांगा व स्तंभ आणि किती वैशिष्ट्ये किंवा विभाग दाखविलेले आहेत त्यासंबंधीची माहिती असते. त्यानंतर प्रत्येक ओळीत असलेल्या संकेतांची संख्या दाखविली जाते. आकृती १४ मध्ये दाखविल्याप्रमाणे '०' संकेत असलेले १० चौकोन पहिल्या ओळीत, तर दुसऱ्या ओळीत '०' संकेत असलेले ३ चौकोन '१' संकेत असलेले ५ चौकोन व त्यानंतर '०' संकेत असलेले २ चौकोन आहेत. अशा पद्धतीने पूर्ण पटरचना (File structure) तयार केली जाते.

२) खंड संकेतीकरण (Block encoding) : यामध्ये एका चौकोनाऐवजी, एकाच स्वरुपाच्या अनेक चौकोनांच्या मोठ्या तुकड्यांची श्रेणी लक्षात घेतलेली असते. आ. १५ मध्ये एकूण १० चौकोनात संपूर्ण प्रदेश दाखवायचा आहे. यात १ जाळी चौकोन असलेले एकूण ७ चौकोन एक खंड तयार करतील. चार चौकोन असलेले २ चौकोन दुसरा खंड बनवतील व ९ लहान चौकोनाचा एकच मोठा खंड असेल. या पद्धतीत चौकोन जाळीच्या, वायव्य कोपऱ्यापासून, रांगेनुसार व स्तंभानुसार संदर्भ दिला जातो.

३) साखळी संकेतीकरण (Chain encoding) : या पद्धतीत प्रदेशाची सीमा, संकेताच्या साखळीने दर्शविली जाते. यास एकाच उद्‌गम बिंदूपासून (origin) निघून पुन्हा तिथेच येऊन पोचणाऱ्या एकक चौकोनांच्या श्रेणीचा वापर केला जातो. आ. १६ मध्ये दाखविल्याप्रमाणे ४, ३ हा सुरुवातीचा चौकोन धरला तर संपूर्ण सीमा ही उत्तरेकडे २ चौकोन, पूर्वेकडे ४, दक्षिणेकडे १, पूर्वेकडे १, पुन्हा दक्षिणेकडे १, पश्चिमेकडे १, दक्षिणेकडे २, पश्चिमेकडे १, दक्षिणेकडे १, पश्चिमेकडे १, उत्तरेकडे ३, पश्चिमेकडे १, उत्तरेकडे १ व पश्चिमेकडे १ अशी निश्चित करता येते.

४) चतुर्थक विभागणी वेल (Quadtrees) : जाळी प्रतिमानाचा महत्त्वाचा गुणधर्म म्हणजे प्रत्येक जाळी चौकोन त्याच्यापेक्षा लहान आकाराच्या चौकोनात विभागता येतो. प्रत्येकाचा आकार व दिशादेशन (Orientation) सारखेच राहते. प्रदेशनिष्ठित चतुर्थक विभागणी हा त्याचा एक प्रकार. आ. १७ मध्ये प्रदेशाचे जाळी प्रतिमान दाखवले आहे. संपूर्ण जाळीचे ४ चतुर्थक (Quadrats) करून त्यांना ०,१,२,३ असे अंक दिले आहेत. ज्या भागात अंक सांख्यिकी मिळवणे गरजेचे आहे. तो भाग ३ क्रमांकाच्या चतुर्थकात आहे. याचे पुन्हा ४ चतुर्थक केल्यावर असे दिसते की केवळ ३० क्रमांकाच्या चतुर्थकात व ३१ क्रमांकाच्या चौथ्या भागातच हा प्रदेश समाविष्ट आहे. त्यामुळे त्याचे सांकितिकरण शेवटच्या आकृतीत दाखविल्या प्रमाणे, अंक स्वरूपात होईल.

सदिश सांख्यिकीची संरचना (Vector Data structures)

बिंदूरेषा व क्षेत्र या रचनाखंडांनी या संरचना तयार करण्यात येतात आणि संगणकावर माहिती साठवून ठेवण्यासाठी या संरचनेचे विविध प्रकार वापरले जातात.

संगणकावर सांख्यिकीची साठवण ही क्ष, य सहअक्ष (Co-ordinate) स्वरूपात एका पटरचनेत (File structure) केली जाते. (आ.१८) जेव्हा अधिक क्लिष्ट स्वरूपाच्या अवकाशिक घटना सदिश संरचनेने दाखवायच्या असतात, तेव्हा प्रक्रिया अधिक किचकट बनत जाते. अनेक बहुभूजाकृतींचे निर्देशन करताना, त्यातील समाईक (Common) भूजा किंवा बाजू दाखवताना, अनेक सहअक्ष बिंदूंची द्विरुक्ति (Duplication) होऊ शकते. हे टाळण्यासाठी सांख्यिकीच्या संरचनेतील सर्व बिंदू क्रमशः (Sequentially) नोंदले जातात. त्यामुळे कोणत्या बहुभूजाकृतीसाठी कोणते बिंदू वापरले आहेत हे कळू शकते.

जाळी सांख्यिकीची संरचना (RASTER DATA STRUCTURES)

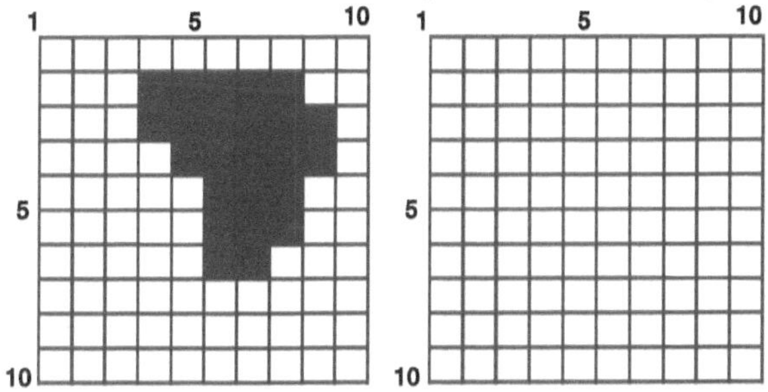

10,10,1
0,10
0,5 1,5 0,2
0,5 1,6 0,1
0,4 1,5 0,1
0,5 1,5 0,2
0,5 1,5 0,2
0,5 1,2 0,3
0,10
0,10
0,10

रांगेनुसार संकेतीकरण (RUN LENGTH ENCODING)

Entity Model Cell values File Structure पटरचना

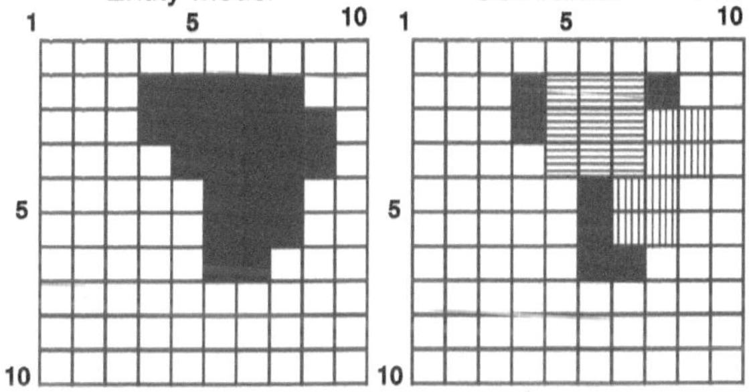

Block size	No.	Cell Coordinates
1	7	4, 2, 8, 2, 4, 5, 6, 5
4	2	8, 5, 7, 5
9	1	5, 2

खंड संकेतीकरण (BLOCK ENCODING)

Entity Model Cell values File Structure पटरचना

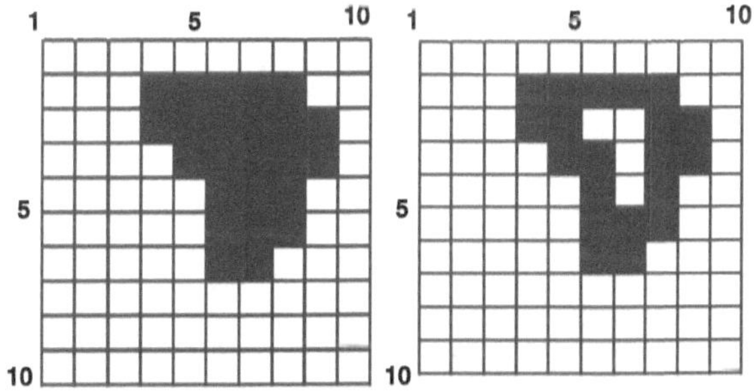

4, 3, 1

N, 2 E, 4 S, 1 E, 1 S, 1 W, 1 s, 2

W, 1 S, 1 W, 1 N, 3 W, 1 N, 1 w, 1

साखळी संकेतीकरण (CHAIN ENCODING)

आ. १६

चतुर्थक विभागणी वेल
(QUADTREES)

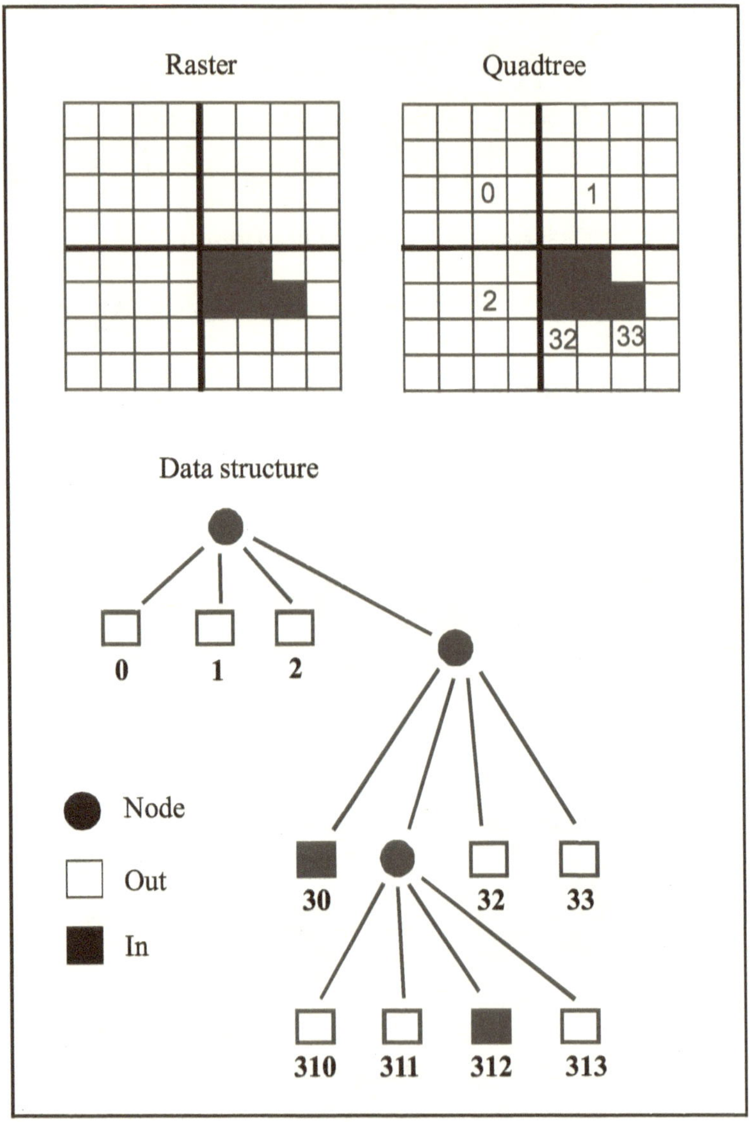

आ. १७

यास बिंदूकोश (Point Dictionary) असे म्हटले जाते. (आ.१९)

या सर्व वैशिष्ट्यांसाठी स्थलविज्ञान (Topology) तयार करताना रेषाखंडाची जोडणी करणे आवश्यक असते. रेषाखंडांच्या जोडणीने स्थलवैज्ञानिक संरचना केली तर ती संगणकाला सहज आकलन होऊ शकते. जवळपासच्या बहुभूजाकृतींचे अस्तित्व किंवा मोठ्या बहुभूजाकृतीत, रेषाखंडांच्या जोडणीने तयार केलेले द्वीप (Isiand) अशा संरचना तयार होऊ शकतात. दोन निस्पंद बिंदू (Nodal points) आणि त्यांना जोडणारा रेषा खंड (link) अशा तऱ्हेने, दोरी किंवा तार सदृष्य रचना (string) केल्यास संपूर्ण रचनेची जोडणी म्हणजेच त्याचे स्थलविज्ञान सहजासहजी नष्ट होत नाही. अशी रचना पाहिजे तशी वाकवता येते, ताणता येते किंवा वळवता येते.

सादिश संरचनेत, जी. आय. एस. चा उपयोग करणारा, प्रामुख्याने अशा जोडणींचे प्रयत्न करतो. 'बिंदू' हा केवळ दोन संदर्भांच्या साहाय्याने निश्चित करता येत असल्यामुळे, बिंदूंच्या सुनियंत्रित व सुनिश्चित गटांच्या साहाय्याने (ordered set), चाप (Arc) खंड (Segment), साखळी (Chain) असे विविध प्रकार वापरून, प्रदेशाचे निर्देशन केले जाते. प्रत्येक वेळा रेषाखंडांच्या सुरुवातीचा व अखेरचा बिंदू (Node) हा योग्य तऱ्हेने निश्चित करणे मात्र गरजेचे असते.

आज जी. आय. एस. मधे उपलब्ध असलेल्या सर्व तऱ्हेच्या स्थलवैज्ञानिक सांख्यिकी संरचना (Topological data structures) पुढील गोष्टी कटाक्षाने पाळतात.

१) कुठलाही निस्पंद बिंदू (Node) व रेषाखंड (Line segment) यांची द्विरूक्ति (Duplication) होणार नाही.

२) बिंदू व रेषाखंडाना एकापेक्षा अधिक बहुभूजाकृतींचा संदर्भ असेल.

३) प्रत्येक बहुभूजाकृतीला एक विशिष्ट ओळख संकेतक (Unique identifier) असेल.

४) द्विप बहुभूजाकृति (island polygons) व छिद्र बहुभूजाकृति (Hole Polygons) अशा संरचनांचे पर्याप्त (Adequate) निर्देशन होईल.

प्रत्येक बहुभूजाकृतीचे क्षेत्र मोजणे. तिला विशिष्ट ओळख संकेत देणे आणि त्यानुसार गुण विशेष सांख्यिकी (Attribute Data) जोडणे ही प्रक्रिया त्यामुळे सुकर होते.

सदिश सांख्यिकीची संरचना
(VECTOR DATA STRUCTURES)

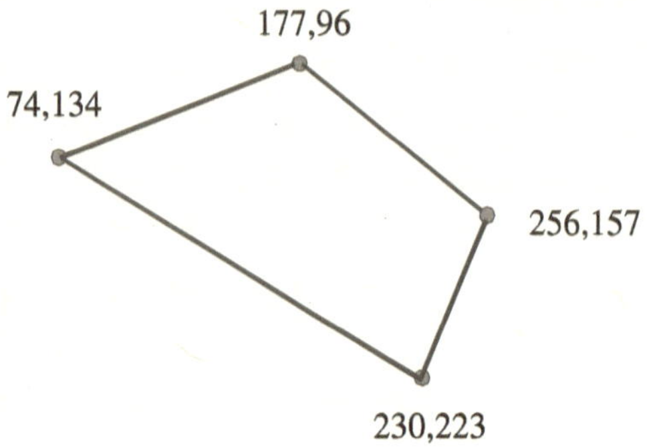

साधी पट रचना

(SIMPLE FILE)

X Y
230,223
74,134
177,96
256,157
230,223

आ. १८

बिंदूकोष पट रचना

(POINT DICTIONARY FILE)

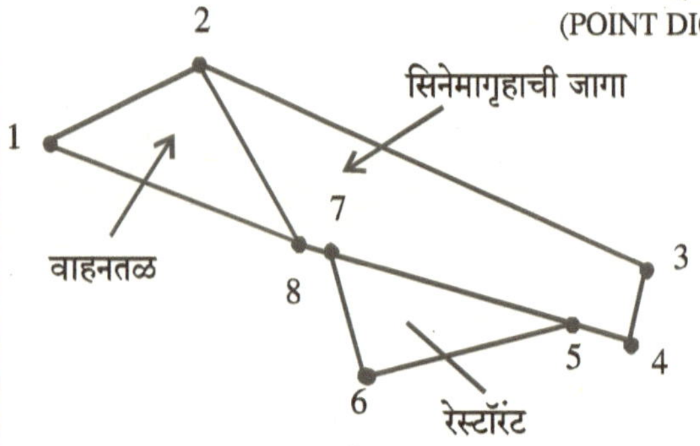

I.D.	X Y
1	89,339
2	154,307
3	347,391
4	340,421
5	316,414
6	225,434
7	209,385
8	197,381

बहुभूजाकृती

ओळख संकेत I.D.	शिरोबिंदू VERTICES
सिनेमागृहाची जागा	2, 3, 4, 5, 7, 8
वाहनतळ	1, 2, 8
रेस्टॉरंट	5, 6, 7

आ. १९

पृष्ठ प्रतीकृती (पृष्ठांची प्रतिमाने) (Modelling Surfaces)

उंची, पर्जन्य, प्रदूषण यासारख्या घटकांची प्रतिमाने तयार करणे हा जी. आय. एस.चा एक महत्त्वाचा भाग आहे. ही प्रतिमाने सांख्यिकी स्वरूपाची, पृथ्वीवरच्या विविध घटकांचे निर्देशन करणारी अशी असतात. त्यामुळेच यांना सांख्यिक भूपृष्ठ प्रतिमान (DTM Digital Terrain Model) म्हटले जाते. कोणत्याही भूर्वेशिष्ठ्याचे उंचीदर्शक त्रिमित पृष्ठ हे याचे वैशिष्ट्य आहे. (आ.२०)

भूपृष्ठ निर्देशक आकडेवारी फार मोठ्या प्रमाणावर, अपरिमित (Infinite) अशी आवश्यक असते. अर्थातच प्रत्यक्षात हे शक्य नसल्यामुळे नेमक्या, भूसंदर्भित व पुरेशा आकडेवारीने, प्रतिमान तयार केले जाते. जेवढी आकडेवारी निवडली असेल त्यावर या प्रतिमानाचे वियोजन ठरते. X, Y, Z आसावर, नियमित किंवा अमियमितपणे पसरलेल्या सांख्यिकी बिंदू (Data points) च्या सहाय्याने DTM बनवले जाते. ही सांख्यिकी स्थलनिर्देशक नकाशे, हवाई छायाचित्रे, उपग्रह प्रतिमा किंवा क्षेत्रीय सर्वेक्षण (Field survey) इत्यादी विविध मार्गांनी मिळवलेली भूपृष्ठ निगडित (Terrain related), उंची, उतार, कल, रूप (Aspect) दर्शक अशा स्वरूपाची असते. आजकाल GPS चा वापर करून X, Y व Z या तीनही संदर्भात उंची अधिक अचूकपणे मिळू शकते.

DTM तयार करण्यासाठी जाळीसंरचना पद्धतीचा वापर (Raster approach to DTM) :

जाळी ब सदिश पद्धतीत वेगवेगळ्या प्रकारे DTM तयार करता येतात. जाळी पद्धतीत प्रत्येक चौकोन, उंचीच्या एका किमतीचे निर्देशन करतो. त्यामुळे जाळी चौकोन किती जवळजवळ आहेत, केवढ्या आकाराचे आहेत त्यावर व मूळ प्रदेशाच्या क्लिष्टतेवर व उंचसखलपणावर प्रतिमानाची विश्वासार्हता व अचूकपणा ठरतो. डोंगराळ प्रदेशासाठी सूक्ष्म आकाराची (Fine) जाळी गरजेची असते तर सपाट, मैदानी प्रदेशासाठी मोठ्या आकाराची जाळी (Coarse Grid) जाळी उपयुक्त ठरते.

जेव्हा प्रदेशाचा काही भाग डोंगराळ व काही भाग सपाट असतो तेव्हा जाळीचा आकार ठरवणे फारच कठीण काम असते. सूक्ष्म आकाराची जाळी डोंगराळ भागाचे योग्य निर्देशन करील पण हीच जाळी सपाट भागासाठी अत्याधिक

(Redundant) किंवा आवश्यकतेपेक्षा जास्त असेल. यामुळे अनावश्यक सांख्यिकी तयार करावी लागेल व त्यात वेळही जाईल. या परिस्थितीत, तडजोड करून जाळीचा आकार ठरविणे इष्ट ठरते.

DTM तयार करण्यासाठी सदिश संरचना पद्धतीचा वापर (Vector approach to DTM) :

सदिश संरचनेने DTM तयार करण्याचा सोपा मार्ग म्हणजे नियमितपणे पसरलेल्या उंचीदर्शक बिंदूंचा (म्हणजे जाळी सदृष्य संरचनेचा) वापर करून त्रिमित पृष्ठ बनवणे. मात्र अधिक प्रगत, अधिक क्लिष्ट, पण वारंवार वापरली जाणारी पद्धत म्हणजे त्रिकोणीय अनियमित जाळी (TIN : triangulated irregular network) पद्धत. यात, उंचीदर्शक सर्व ठिकाणे एकमेकांशी सरळ रेषांनी जोडून अनियमित त्रिकोणांचे जाळे बनवले जाते. या रचनेत त्रिकोणांचे शिरोबिंदू (Vertices) प्रदेशातील शिखरे (Peakes), खड्डे (Depressions) आणि खिंड (Pass) यांचे तर त्रिकोणाच्या भूजा (Edges), पर्वतरांगा (Ridgs) किंवा नदीखोरे (Valley) यांचे निर्देशन करतात. (आ.२१)

प्रत्येक त्रिकोणाचे पृष्ठभाग, क्षेत्रफळ, उतार, कल आणि दिक्‌दर्शन (orientation) याबद्दलची माहिती दिली जाते. ही सर्व माहिती प्रत्येक त्रिकोणपृष्ठाचे गुण विशेष (Attribute) म्हणून नोंदवली जाते.

TIN प्रतिमानाचा मुख्य फायदा म्हणजे याची सांख्यिकी साठवणाची क्षमता व कौशल्य. X,Y,Z या केवळ तीन बिंदूंच्या साहाय्याने पृष्ठभाग तयार होतो. शिवाय जाळी संरचना वापरून DTM करताना ज्या अडचणी येतात त्या त्या पद्धतीत येत नाहीत. डोंगराळ प्रदेश व सपाट प्रदेशांसाठी आवश्यक तेवढे बिंदू वापरून त्रिकोणीय जाळी बनवली जाते. डोंगराळ भाग असलेल्या प्रदेशात जास्त बिंदू व सपाट भागासाठी कमी बिंदू वापरले गेल्याने त्यांचे योग्य प्रतिनिधित्व होते.

जी. आय. एस. संहितेत TIN प्रतिमान तयार करताना, नोंदलेल्या एकूण X,Y,Z बिंदूपैकी, पृष्ठीय (Surface) अर्थपूर्ण (Significant) असेच बिंदू निवडले जातात. हे करताना या बिंदूंचा आजूबाजूच्या बिंदूंशी असलेला अवकाशिक संबंधही (Spatial relationship) लक्षात घेतला जातो. अवकाशिक स्वसह संबंधाच्या (Spatial autocorrellation) नियमामानुसार, जवळजवळच्या अंक बिंदूत खूप सारखेपणा असतो. DTM च्या सांख्यिक संदर्भात, जवळजवळच्या उंचीदर्शक बिंदूत खूप सारखेपणा असतो. त्यामुळे

जवळजवळच्या उंचीदर्शक बिंदूंची जोडणी व त्यांचे आंतरध्रुवीकरण (Interpollation) हे पृष्ठनिर्मितीसाठी महत्त्वपूर्ण नसते. त्यामुळे असे बिंदू वगळून, इतर शिखर बिंदू वापरून TIN प्रतिमान तयार केले जाते.

एखादा कागदाचा लहानसा तुकडा घेऊन तो गोल चेंडूसारखा चुरगळला व नंतर उलगडून सपाट केला तर त्यावर ज्या घड्या दिसतात त्यावरून TIN प्रतिमानांची नेमकी कल्पना येऊ शकते. हा उलगडलेला तुकडा प्रकाशित खिडकीला जोडून आडवा धरला तर त्यावरील उंचसखलपणाची कल्पना येते. हे एक प्रकारे भूपृष्ठाचे TIN प्रतिमानच असते.

TIN प्रतिमान तयार करताना अर्थपूर्ण पृष्ठ तयार होण्यासाठी काही विशिष्ट पद्धतीनी शिरोबिंदू जोडले जातात. एका पद्धतीत, जवळजवळच्या सर्व बिंदूतील अंतरे मोजली जातात. त्यानंतर सर्वात जवळच्या जोड्या एकमेकास जोडल्या जातात.

त्यानंतर क्रमशः त्यापेक्षा जास्त अंतर असलेल्या जोड्या, अशा पद्धतीने जोडल्या जातात की, त्या पहिल्या जोडणीला तोडत नाहीत. या पद्धतीत तयार झालेल्या TIN मधे बहुसंख्य त्रिकोण तयार होतात. दुसऱ्या पद्धतीला डिलॉनी त्रिकोणीकरण (Delaunay Triangulation) म्हटले जाते. यात अशा पद्धतीने त्रिकोण तयार केले जातात की, जे बिंदू जोडून हे त्रिकोण केले जातात त्यातून वर्तुळ काढल्यास, वर्तुळात एकही बिंदू असत नाही.

'जाळी' रचनांच्या प्रतिकृती (Modelling networks)

यथार्थ भूपृष्ठाचे जाळी प्रतिकृती हे संक्षिप्त रूप असते. सदिश सांख्यिकीच्या साहाय्याने या प्रतिकृती केलेल्या असल्यामुळे, जाळी संरचनेवर आधारित (Raster) जी. आय. एस. मधे त्याचे विश्लेषण होऊ शकत नाही.

जाळी प्रतिकृतीमधे, चाप (arcs) हे रस्ते, लोहमार्ग, हवाई मार्ग, पॉवर लाइन्स, केबल्स, पाइपलाइन्स, नद्या, नाले दाखविणारे दुवे (Links) असतात. या जोडणीत निस्पंद बिंदू (Nodes) म्हणजे रस्त्यावरील थांबे, महत्त्वाची शहरे, नद्यांच्या संगमाची ठिकाणे यासारखी ठिकाणे असतात. रस्त्यावरील वळणे, नद्यांची वळणे या गोष्टी एका जोडणीतून दुसऱ्या जोडणीकडे जाणारे व निस्पंद बिंदूना जोडलेले दुवे असतात. (आ.२२)

या सर्व बिंदूसंबंधीची व दुव्यांची सांख्यिकी गुणविशेष म्हणून नोंदवली

शिरोबिंदू, जोडबिंदू, निस्पंदबिंदू व दुवे
(VERTICES, JUNCTION NODES, NODES AND LINKS)

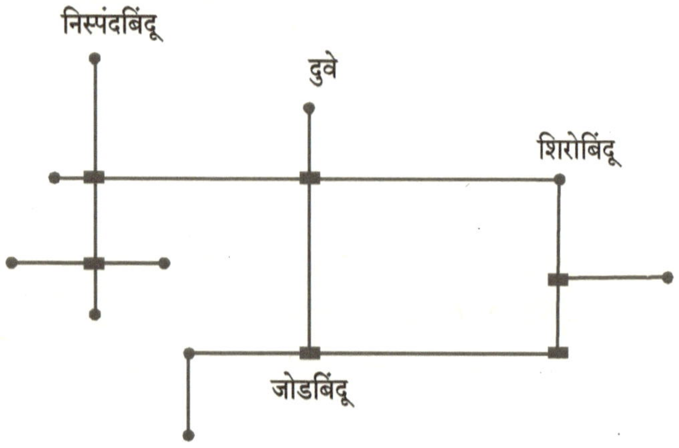

आ. २२

जाते. जाळी रचनेचे प्रमुख गुणधर्म म्हणजे जोडणीची लांबी व दोन्ही टोकांचे बिंदू.

संगणकीय प्रतिकृतींची निर्मिती :

वेगवेगळी जाळी प्रतिमाने आणि त्यांच्या संरचना यांचा उपयोग विविध वैशिष्ट्यांची नोंद करण्यासाठी कसा केला जातो ते आपण पाहिले. ह्या नोंदवलेल्या वैशिष्ट्यांचा उपयोग ती सर्व एकत्र करून संगणकाच्या सहाय्याने प्रतिकृती निर्माण करण्यासाठी केला जातो.

यासाठी मुख्यत: दोन पर्याय उपलब्ध असतात, स्तर आणि घटक (Layers and objects) स्तरांच्या सहाय्याने यथार्थ प्रदेशाची प्रतिकृती करणे ही वारंवार वापरली जाणारी पद्धत आहे. यात प्रत्येक थर हा विषय विशिष्ट (Thematic) असतो. आ. २३ मधे दाखविल्याप्रमाणे रस्ते (Streets) इमारती (Building) यासारखे अनेक स्तर करून त्या अनुषंगिक सांख्यिकी संगणकात नोंदवली जाते. या पद्धतीस स्तर आधारित (Layer based) पद्धत म्हटले जाते.

दुसऱ्या पद्धतीत यथार्थ प्रदेशातील अवकाश हे विविध घटकांनी बनले आहे अशी कल्पना करून त्या घटकांचे किंवा त्यांच्या गटाचे सांख्यिकीकरण केले जाते. यास घटक आधारित पद्धत (object oriented) म्हटले जाते. यात विविध घटना, स्तर स्वरूपात वेगळ्या केल्या जात नाहीत. या उलट त्यांचे गट केले जातात किंवा त्यांची उतरंड (hierarchy) केली जाते. पहिल्या पद्धतीपेक्षा ही जास्त अचूक व आधुनिकही आहे. (आ. २४) या पद्धतीत बिंदू, रेषा, बहुभूजाकृती यांचा परिणामकारक वापर करून विविध वैशिष्ट्यांचे निर्देशन केले जाते व त्यांच्या गुणविशेषांसह तिचे वर्गीकरण केल्याने, त्यांच्यासंबंधी विविध तऱ्हेच्या पृच्छा (Queries) करणे सहज सोपे जाते. उदाहरणार्थ नदी खोऱ्यातील पूरमैदानात वसलेल्या, ५०० पेक्षा जास्त लोकसंख्या असलेल्या वस्त्या कोणत्या अशी पृच्छा करून, त्याचे स्तर मिळविणे फक्त घटक आधारित पद्धतीनेच शक्य होते.

□□

जी. आय.एस.चे घटक (COMPONENTS)

आकृती - 1

मूलभूत रचनाखंड (BASIC BUILDING BLOCKS)

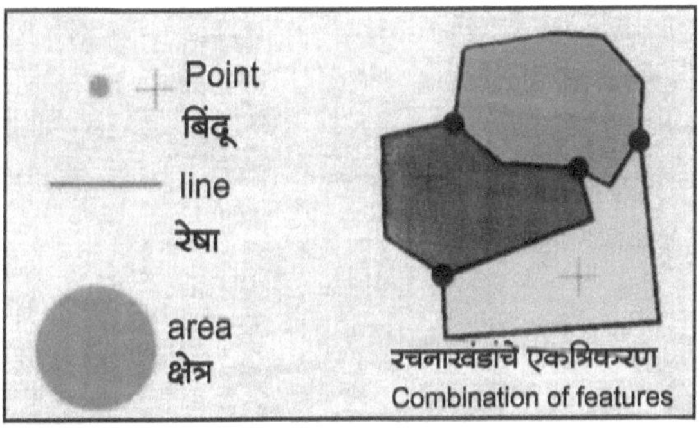

आकृती - 2

बहुभुजाकृती (POLYGONS)

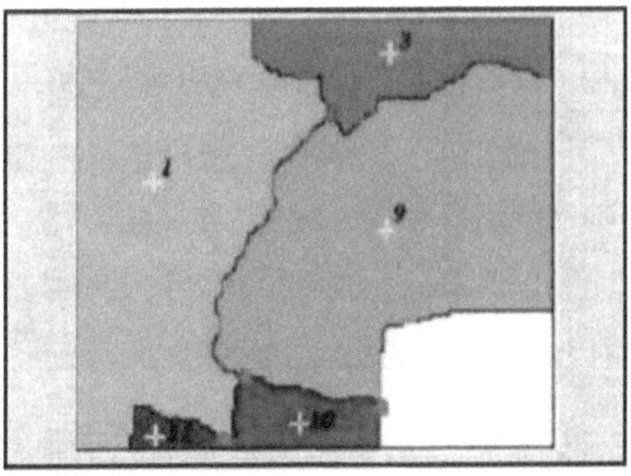

आकृती - 3

हवाई छायाचित्रण (AERIAL PHOTOGRAPHY)

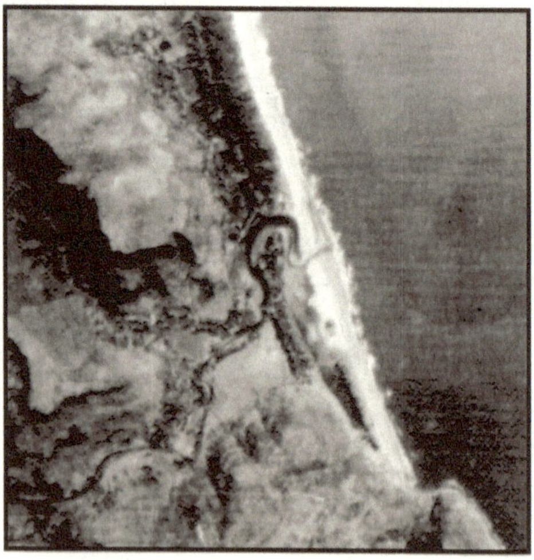

हवाई छायाचित्र

आकृती - 6

उपग्रह प्रतिमा (SATELLITE IMAGE)

आकृती - 7

यथार्थ प्रदेशाची जाळी चौकोन व सदिश दृष्ये (RASTER AND VECTOR VIEWS OF REAL WORLD)

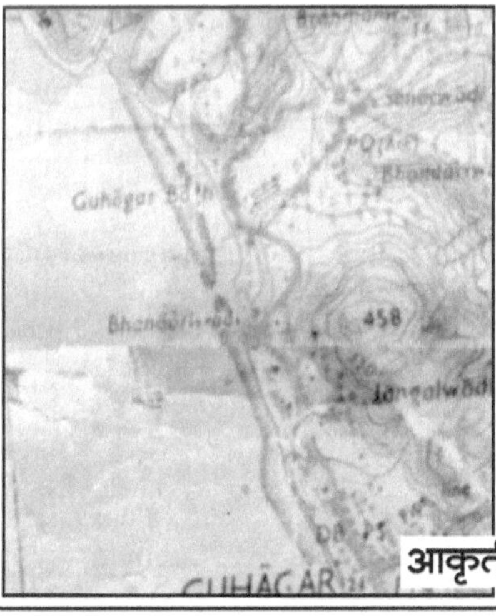

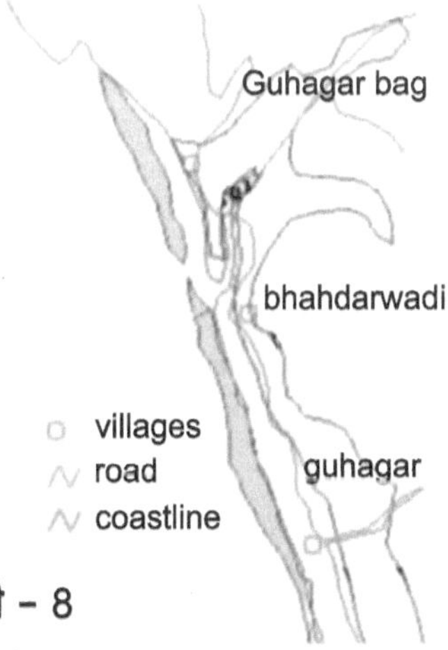

आकृती - 8

सदिश व जाळी चौकोन प्रतिमान (VECTOR AND RASTER MODELS)

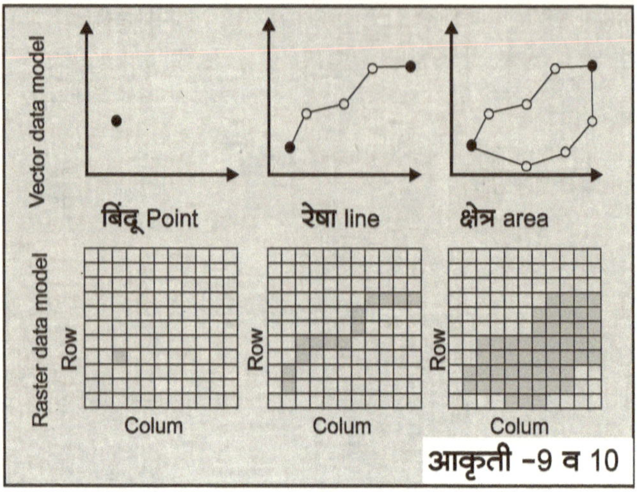

आकृती -9 व 10

जाळी सांख्यिकीची संरचना (RASTER DATA STRUCTURES)

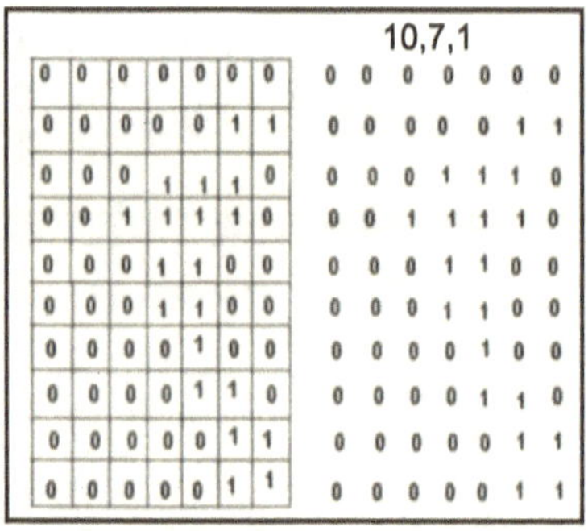

1 Shoreline Terrace
2 Hill slope
3 lateritic plateau
4 Sand bar
5 Sea

1 किनारी सपाट प्रदेश
2 डोंगर उतार
3 जांभा पठार
4 वाळूचा दांडा
5 समुद्र

आकृती -11

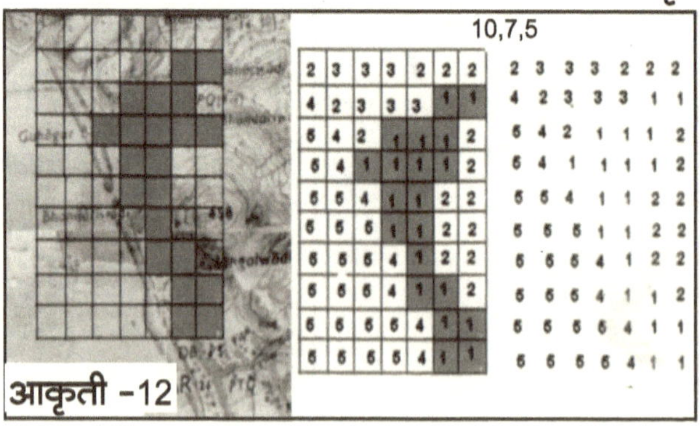

आकृती -12

समोच्च रेषा व उंचीदर्शक त्रिमित पृष्ठ

(CONTOURS AND ELEVATION MODEL)

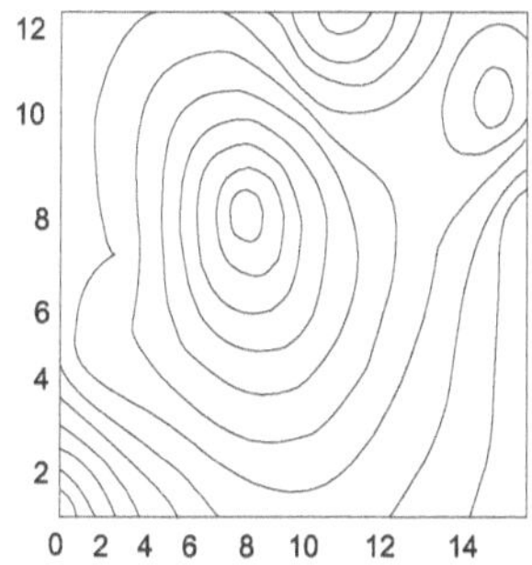

आकृती - 20

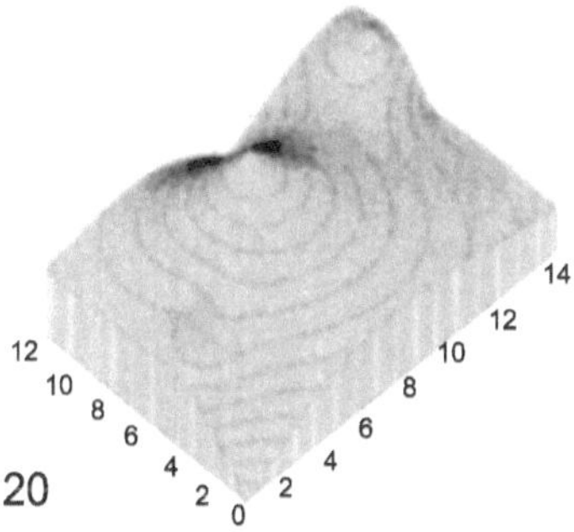

त्रिकोणीय अनियमित जाळी

(TIN TRIANGULATED IRREGULAR NETWORK)

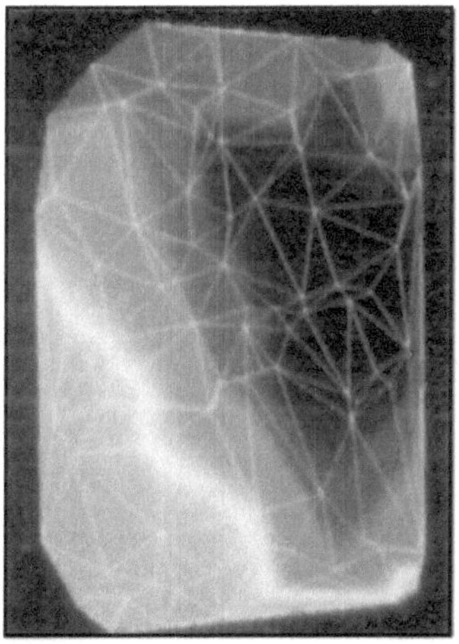

आकृती - 21

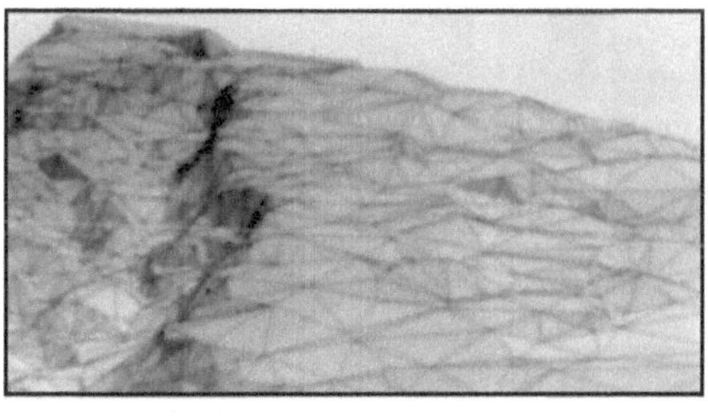

विषय विशिष्ट स्तर
Thematic layers

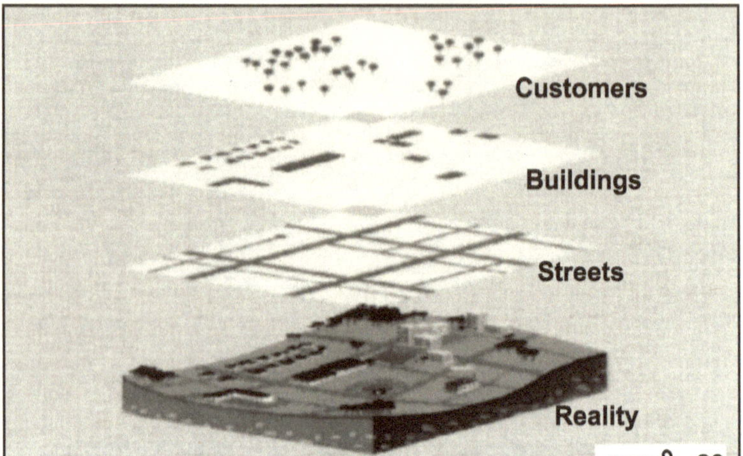

आकृती -23

घटक आधारीत प्रतिकृती
(OBJECT ORIENTED MODEL)

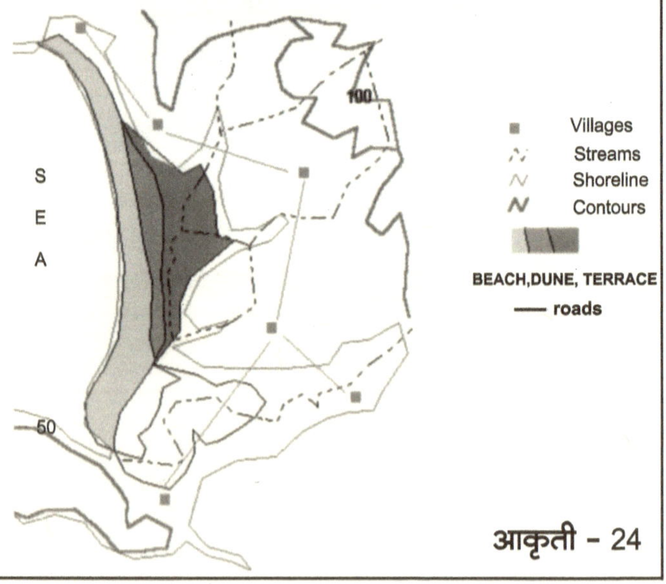

आकृती - 24

बूलिअन प्रक्रिया प्रकार

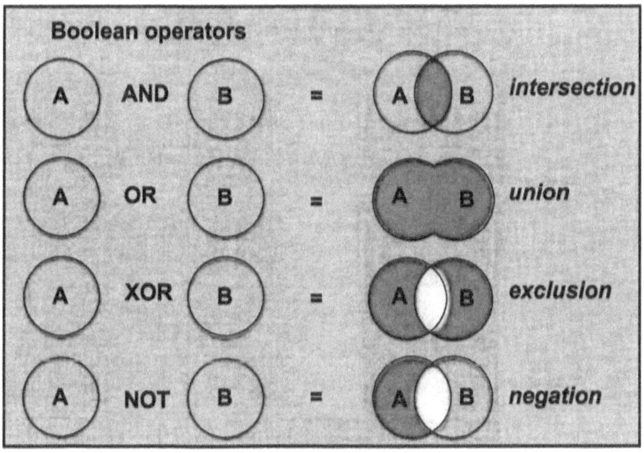

आकृती - 29

मृदंग क्षेत्र (BYFFER ZONES)

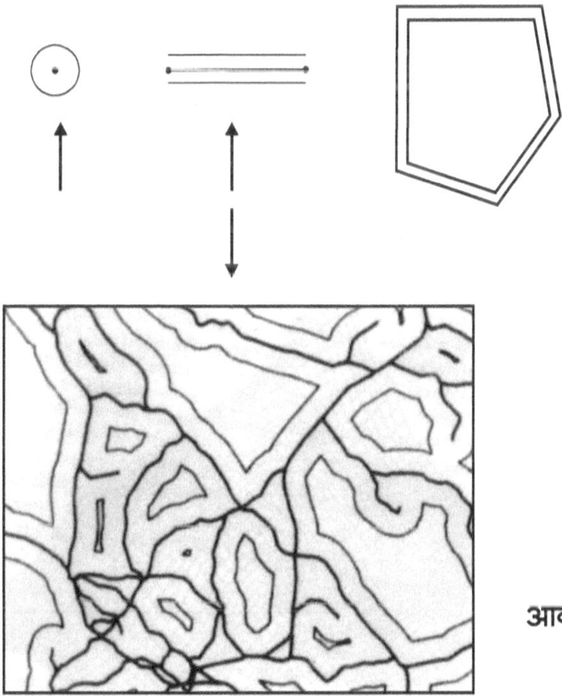

आकृती - 31

थायसन बहुभूजाकृती
THIESSEN POLYGON

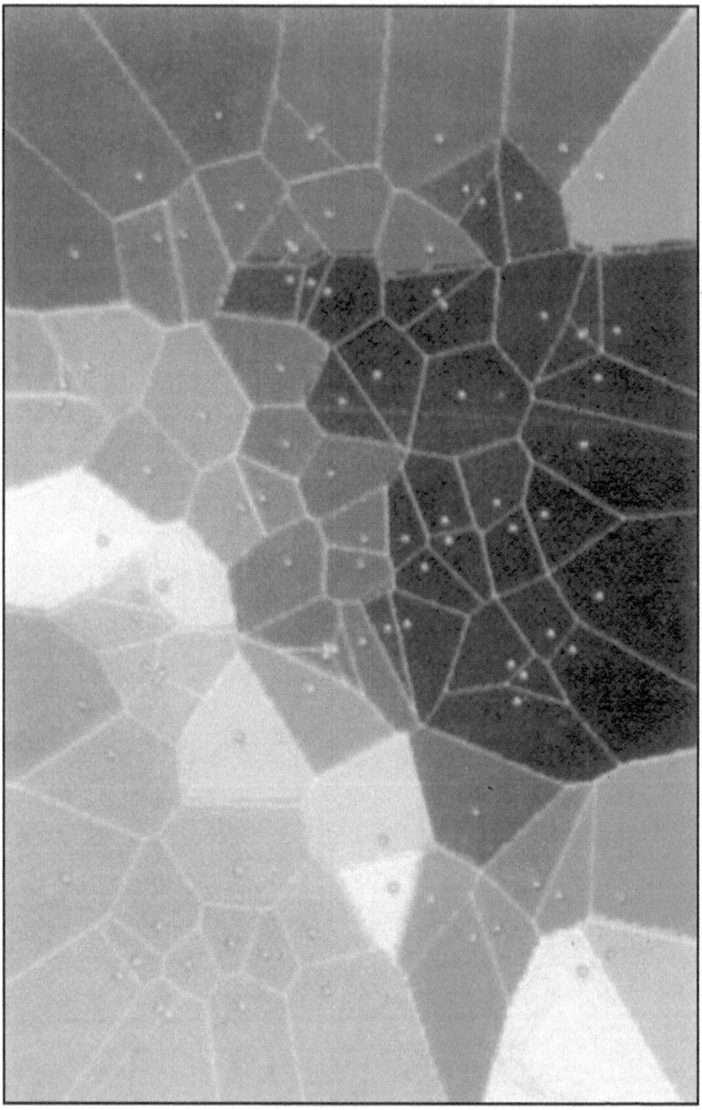

आकृती - 35

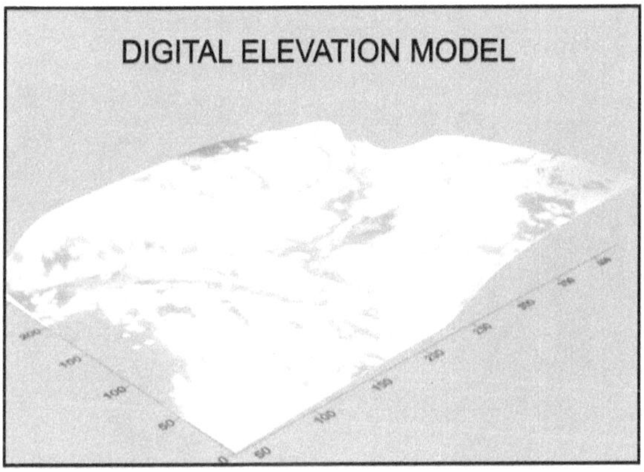

आकृती - 37

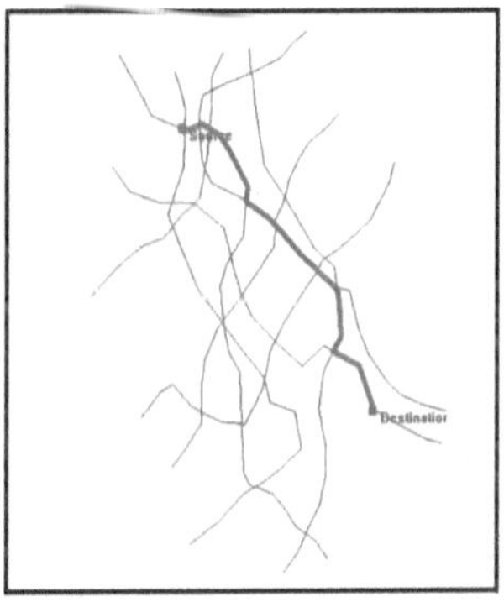

आकृती - 38

SHORTEST PATH FUNCTION

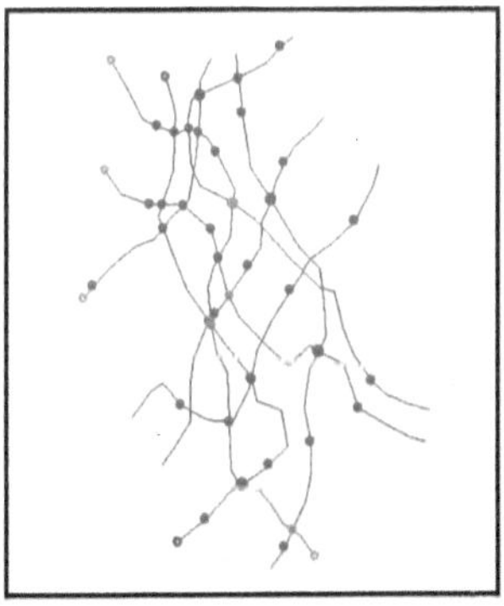

आकृती - 39

IDENTIFICATION OF DEMAND AND SUPPLY CENTERS

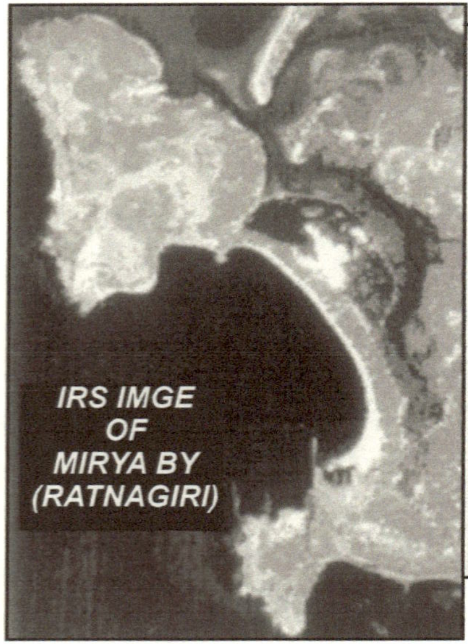

col / row	0	1	2	3	4	5	6	7
0	123 113 105	111 109 101	114 109 99	120 108 99	107 104 93	117 106 92	113 105 89	108 98 92
1	117 108 96	115 105 98	116 104 92	111 98 86	111 98 84	102 98 91	109 98 91	102 91 84
2	117 108 103	114 107 99	111 101 95	109 98 90	108 102 91	104 98 85	101 99 85	100 96 88
3	121 109 99	116 105 99	111 101 95	109 99 93	105 92 88	101 93 83	101 92 80	108 93 87
4	120 109 102	114 102 94	110 97 92	109 95 90	100 96 80	98 89 82	102 93 91	98 92 88
5	123 112 97	110 101 94	115 102 90	109 99 87	101 92 83	99 94 86	103 93 87	97 92 85
6	121 113 105	111 102 85	114 102 91	105 98 82	101 96 81	98 93 81	102 92 83	103 93 86
7	120 106 97	114 105 92	118 101 90	112 98 85	100 93 81	101 93 81	102 92 81	98 85 81
8	121 111 97	115 104 96	122 105 90	102 98 84	107 95 86	102 93 81	101 93 80	101 90 84
9	116 105 90	115 101 93	104 97 82	113 94 86	101 93 86	97 90 74	103 90 82	94 91 78
10	117 106 97	110 104 92	108 102 91	112 99 81	100 92 83	98 93 79	94 93 78	95 87 78
11	118 109 97	104 101 92	110 99 93	101 94 85	105 92 83	98 92 82	99 93 78	99 86 77
12	118 106 100	112 102 93	109 103 92	103 95 85	101 93 81	100 92 78	103 93 79	92 87 78
13	116 106 89	108 101 91	104 92 85	100 89 80	99 93 77	101 92 77	92 86 78	93 85 75
14	119 107 100	107 98 90	106 92 84	107 93 83	101 90 81	101 97 86	100 90 86	92 87 82
15	117 109 92	111 102 93	115 102 87	100 95 83	105 92 81	107 93 80	98 90 80	99 90 76

PIXEL FORMAT OF PART OF THE IMAGE

आकृती - 40

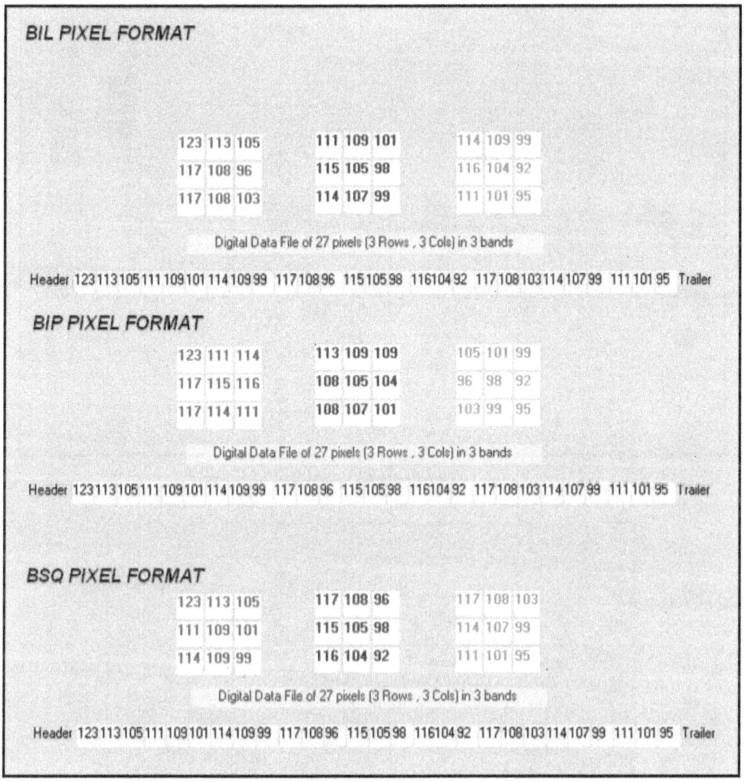
BIL PIXEL FORMAT
123 113 105
117 108 96
117 108 103
111 109 101
115 105 98
114 107 99
114 109 99
116 104 92
111 101 95
Digital Data File of 27 pixels (3 Rows , 3 Cols) in 3 bands
Header 123 113 105 111 109 101 114 109 99 117 108 96 115 105 98 116 104 92 117 108 103 114 107 99 111 101 95 Trailer
BIP PIXEL FORMAT
123 111 114
117 115 116
117 114 111
113 109 109
108 105 104
108 107 101
105 101 99
96 98 92
103 99 95
Digital Data File of 27 pixels (3 Rows , 3 Cols) in 3 bands
Header 123 113 105 111 109 101 114 109 99 117 108 96 115 105 98 116 104 92 117 108 103 114 107 99 111 101 95 Trailer
BSQ PIXEL FORMAT
123 113 105
111 109 101
114 109 99
117 108 96
115 105 98
116 104 92
117 108 103
114 107 99
111 101 95
Digital Data File of 27 pixels (3 Rows , 3 Cols) in 3 bands
Header 123 113 105 111 109 101 114 109 99 117 108 96 115 105 98 116 104 92 117 108 103 114 107 99 111 101 95 Trailer

आकृती - 41

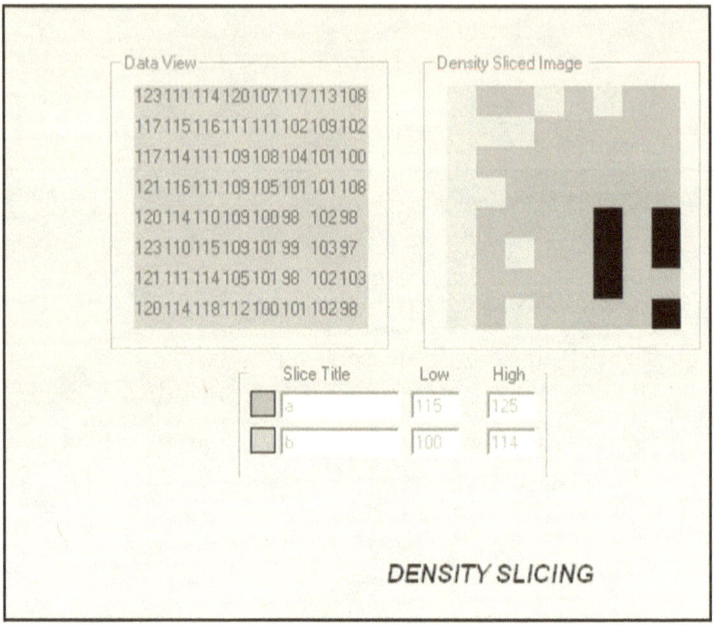
Data View
123 111 114 120 107 117 113 108
117 115 116 111 111 102 109 102
117 114 111 109 108 104 101 100
121 116 111 109 105 101 101 108
120 114 110 109 100 98 102 98
123 110 115 109 101 99 103 97
121 111 114 105 101 98 102 103
120 114 118 112 100 101 102 98
Density Sliced Image
Slice Title
Low
High
a
115
125
b
100
114
DENSITY SLICING

आकृती - 42

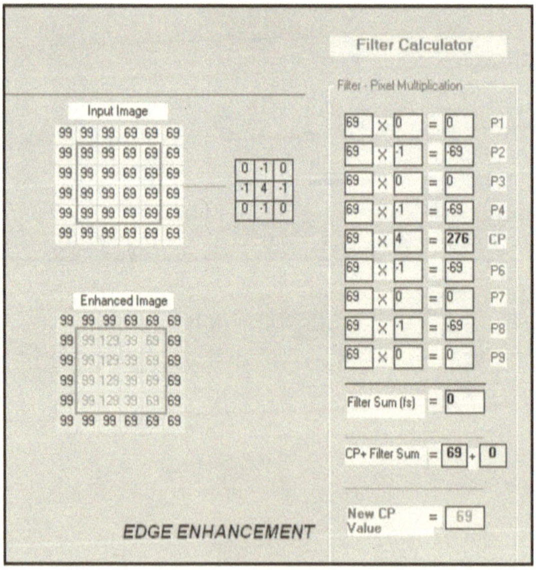
Filter Calculator
Filter - Pixel Multiplication
Input Image
Enhanced Image
69 × 0 = 0 P1
69 × -1 = -69 P2
69 × 0 = 0 P3
69 × -1 = -69 P4
69 × 4 = 276 CP
69 × -1 = -69 P6
69 × 0 = 0 P7
69 × -1 = -69 P8
69 × 0 = 0 P9
Filter Sum (fs) = 0
CP+ Filter Sum = 69 + 0
New CP Value = 69
EDGE ENHANCEMENT

आकृती - 43

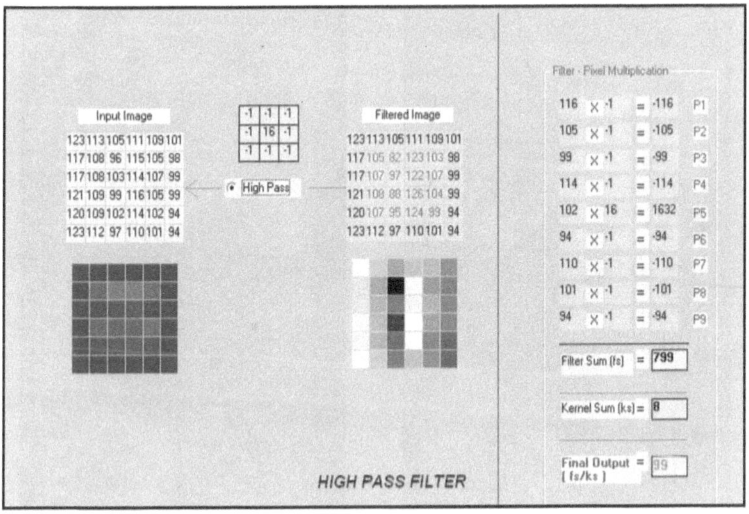
Input Image
123 113 105 111 109 101
117 108 96 115 105 98
117 108 103 114 107 99
121 109 99 116 105 99
120 109 102 114 102 94
123 112 97 110 101 94
-1 -1 -1
-1 16 -1
-1 -1 -1
High Pass
Filtered Image
HIGH PASS FILTER
Filter - Pixel Multiplication
116 x -1 = -116 P1
105 x -1 = -105 P2
99 x -1 = -99 P3
114 x -1 = -114 P4
102 x 16 = 1632 P5
94 x -1 = -94 P6
110 x -1 = -110 P7
101 x -1 = -101 P8
94 x -1 = -94 P9
Filter Sum (fs) = 799
Kernel Sum (ks) = 8
Final Output = 99
(fs/ks)

आकृती - 44

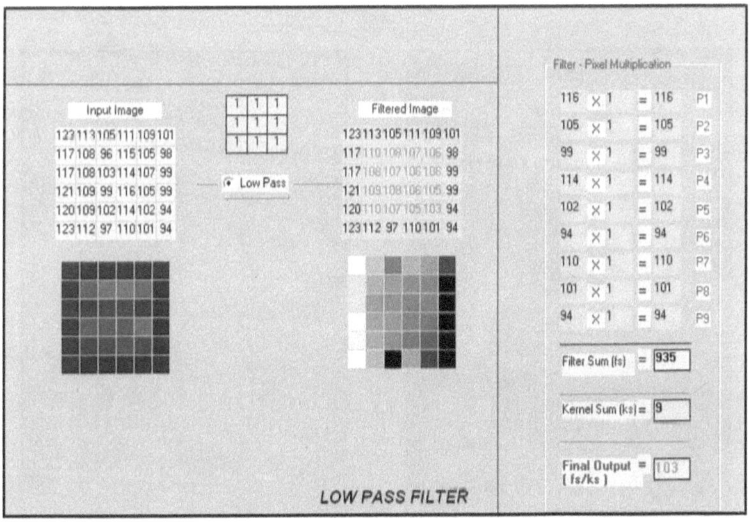
Input Image
123 113 105 111 109 101
117 108 96 115 105 98
117 108 103 114 107 99
121 109 99 116 105 99
120 109 102 114 102 94
123 112 97 110 101 94
1 1 1
1 1 1
1 1 1
Low Pass
Filtered Image
LOW PASS FILTER
Filter - Pixel Multiplication
116 x 1 = 116 P1
105 x 1 = 105 P2
99 x 1 = 99 P3
114 x 1 = 114 P4
102 x 1 = 102 P5
94 x 1 = 94 P6
110 x 1 = 110 P7
101 x 1 = 101 P8
94 x 1 = 94 P9
Filter Sum (fs) = 935
Kernel Sum (ks) = 9
Final Output = 103
(fs/ks)

आकृती - 45

MIRYABAY LINEAR STREACH

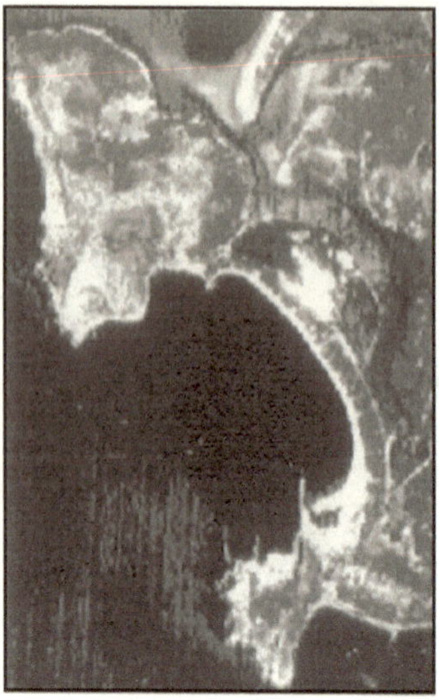

आकृती - 46

LOW PASS MEAN FILTER

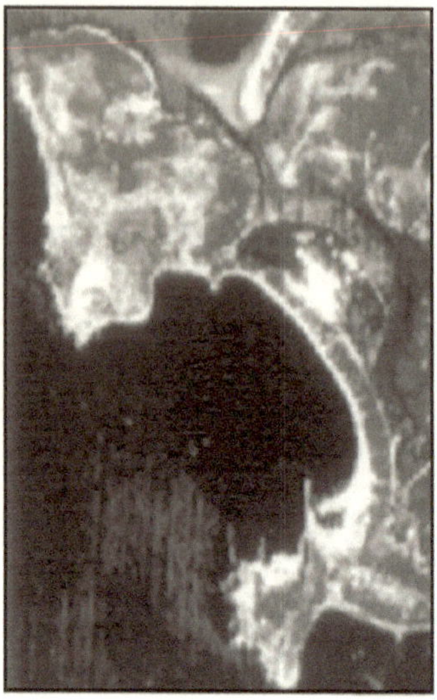

आकृती - 47

NON LINEAR (SQUARE)

आकृती - 48

NDVI IMAGE

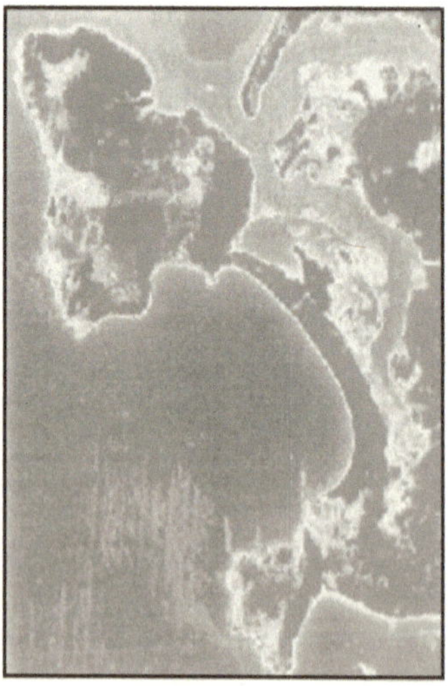

आकृती - 49

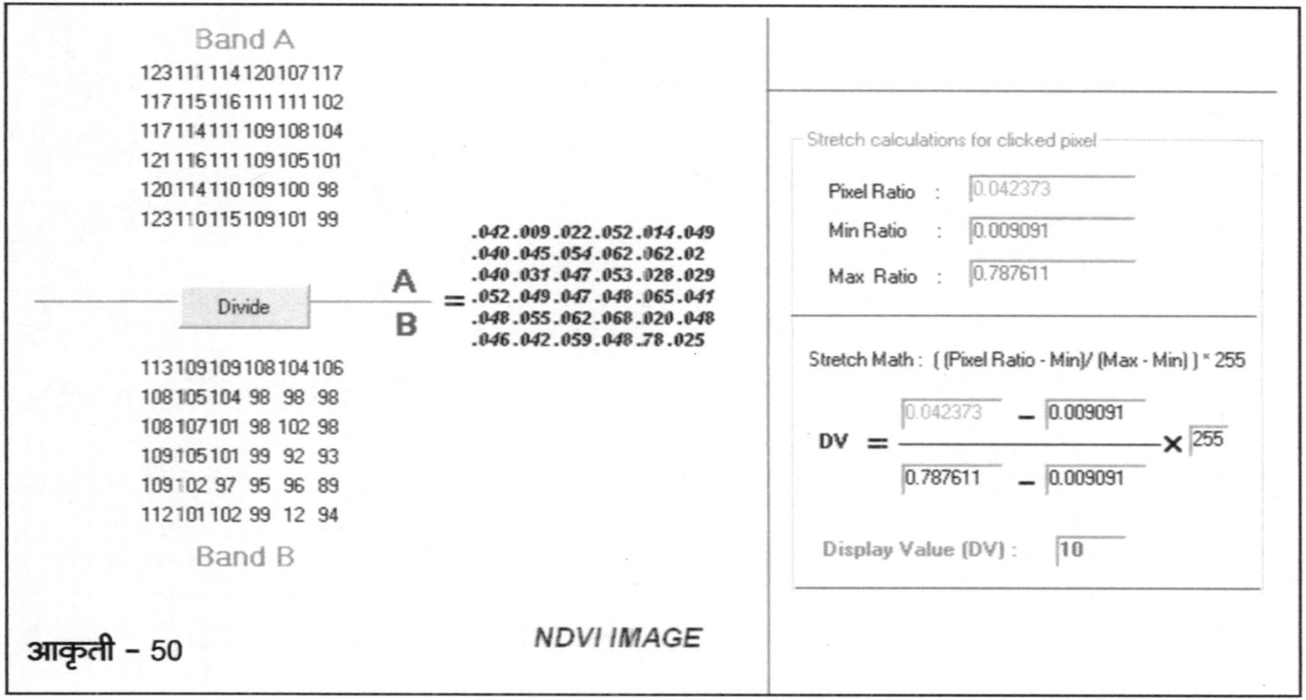
Band A
123 111 114 120 107 117
117 115 116 111 111 102
117 114 111 109 108 104
121 116 111 109 105 101
120 114 110 109 100 98
123 110 115 109 101 99
Divide
A
B
=
.042 .009 .022 .052 .014 .049
.040 .045 .054 .062 .062 .02
.040 .031 .047 .053 .028 .029
.052 .049 .047 .048 .065 .041
.048 .055 .062 .068 .020 .048
.046 .042 .059 .048 .78 .025
113 109 109 108 104 106
108 105 104 98 98 98
108 107 101 98 102 98
109 105 101 99 92 93
109 102 97 95 96 89
112 101 102 99 12 94
Band B
NDVI IMAGE
Stretch calculations for clicked pixel
Pixel Ratio : 0.042373
Min Ratio : 0.009091
Max Ratio : 0.787611
Stretch Math : ((Pixel Ratio - Min)/ (Max - Min)) * 255
DV = 0.042373 – 0.009091 / 0.787611 – 0.009091 × 255
Display Value (DV) : 10

आकृती - 50

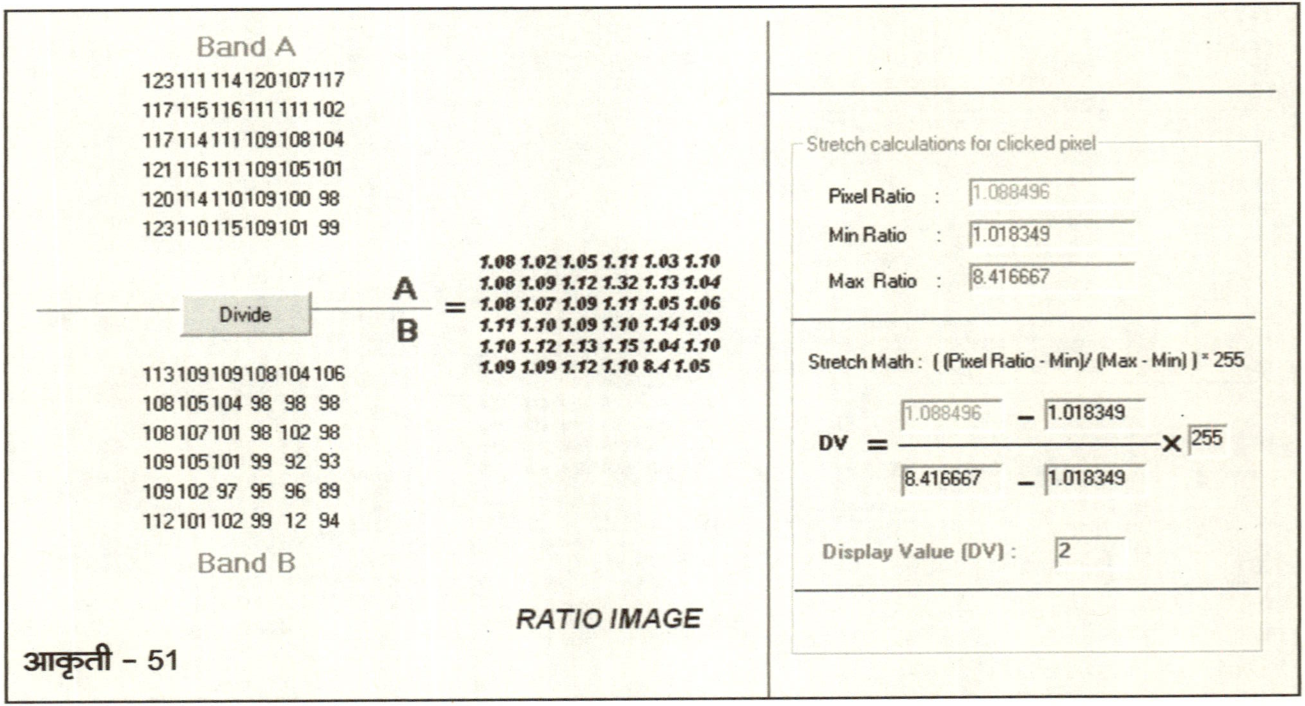
Band A
123 111 114 120 107 117
117 115 116 111 111 102
117 114 111 109 108 104
121 116 111 109 105 101
120 114 110 109 100 98
123 110 115 109 101 99
Divide
113 109 109 108 104 106
108 105 104 98 98 98
108 107 101 98 102 98
109 105 101 99 92 93
109 102 97 95 96 89
112 101 102 99 12 94
Band B
A / B =
1.08 1.02 1.05 1.11 1.03 1.10
1.08 1.09 1.12 1.32 1.13 1.04
1.08 1.07 1.09 1.11 1.05 1.06
1.11 1.10 1.09 1.10 1.14 1.09
1.10 1.12 1.13 1.15 1.04 1.10
1.09 1.09 1.12 1.10 8.4 1.05
RATIO IMAGE
Stretch calculations for clicked pixel
Pixel Ratio : 1.088496
Min Ratio : 1.018349
Max Ratio : 8.416667
Stretch Math : ((Pixel Ratio - Min)/ (Max - Min)) * 255
DV = 1.088496 – 1.018349 / 8.416667 – 1.018349 X 255
Display Value (DV) : 2

आकृती - 51

प्रकरण ४

'गुणविशेष' सांख्यिकीचे व्यवस्थापन

(Management of Attribute Data)

आज खूप मोठ्या प्रमाणावर विविध क्षेत्रातून विविध विषयांसंबंधी, विविध प्रकारची अपरिमित अशी सांख्यिकी आपल्यापर्यंत येऊन पोचते आहे. सांख्यिकीचा आणि माहितीचा हा ओघ सतत चालूच आहे.

उपग्रह तंत्रज्ञानातून या माहितीची भांडारे आपल्यासमोर येत आहेत, स्वयंचलीत पर्यावरण नियंत्रण साधने, स्वयंनियंत्रित औद्योगिक व व्यापारी व्यवहार व विनिमय (Transactions) संशोधन व सर्वेक्षण संबंधित क्रिया प्रक्रिया (Activity) यातून प्रचंड मोठ्या प्रमाणावर सांख्यिकी तयार होत आहे.

आपल्या नेहमीच्या व्यवहारातूनही मोठ्या संख्येने आकडेवारी उपलब्ध होत आहे. आपण क्रेडीट-डेबिट कार्ड, चेक, यामार्फत केलेले व्यवहार, पेट-ोकार्ड, एटीएम कार्ड यांचा केलेला वापर, गॅरंटी कार्डवर आपण भरलेली माहिती, विम्याची पॉलीसी किंवा बाँड घेताना आपण दिलेली माहिती, एखाद्या छोट्याशा खरेदीपासून, प्रॉपर्टी घेण्यासारख्या मोठ्या खरेदीपर्यंतच्या सर्व व्यवहारातून आज सर्वत्र सांख्यिकीचा प्रचंड साठा तयार होत आहे.

या प्रचंड माहिती साठ्याचे महत्त्व लक्षात घेऊन त्याचे परिणामकारक व्यवस्थापन करणे ही एक मोठीच समस्या आहे. मिळणारी आकडेवारी किंवा सांख्यिकी जेव्हा माहितीत रूपांतरीत होते तेव्हा ती एक मौल्यवान साधन संपत्तीच होते.

ही सांख्यिकी जेव्हा जी. आय. एस. ला जोडली जाते तेव्हा त्याला अवकाशिक परिणाम प्राप्त झाल्यामुळे तिची उपयुक्तताही वाढते.

आज अनेक बहुराष्ट-ीय कंपन्या, शासकीय कार्यालये, यांनी सांख्यिकीच्या व्यवस्थापनासाठी जी. आय. एस. चा वापर करायला सुरुवात केली आहे. मानचित्रिकरण (Mapping) करणाऱ्या कंपन्या या भूप्रदेशाची वैशिष्ट्ये सांगणारी सांख्यिकी, पर्यावरणाशी निगडीत कार्यालये, पर्यावरण संरक्षणासाठी आवश्यक आकडेवारी व पणन संशोधन कार्यालये व संस्था लोकसंख्येसंबंधीची सांख्यिकी यांची विक्री करू लागली आहेत.

अशा तऱ्हेने मिळणारी सांख्यिकी ही जी. आय. एस. साठी अतिशय आवश्यक व उपयुक्त असते. जी. आय. एस .मधे मुख्यत: दोन प्रकारच्या सांख्यिकीचे व्यवस्थापन केले जाते. अवकाशिक सांख्यिकी व गुणविशेष सांख्यिकी प्रत्येक घटकाचे वर्णन या दोन प्रकारांनी करता येते. अवकाशिक सांख्यिमुळे "घटक कुठे आहे" याचे, तर गुणविशेष सांख्यिकीमुळे "त्याची कोणती वैशिष्ट्ये आहेत ?" याचे उत्तर मिळते. जी. आय. एस. मध्ये एखाद्या ठिकाणाचे किंवा घटकाचे स्थान सांगून मग त्याचे वैशिष्ट्ये त्याला जोडून सांगण्याची व्यवस्था असते.

एखाद्या गावाचे अक्षांश रेखांश संदर्भात स्थान सांगणे हे त्याचे अवकाशिक वर्णन झाले तर त्या गावाची लोकसंख्या, गावाचे क्षेत्रफळ या बद्दलची आकडेवारी हे गुणविशेष वर्णन झाले. दोन्ही मिळून त्या गावाची माहिती (Information) झाली. जी. आय. एस. मधे सांख्यिकी वापरण्यापूर्वी, उद्दिष्टांनुसार तिचे वर्गीकरण, विश्लेषण, करणेक शक्य असते. एखाद्या टेलिफोन डिरेक्टरीतील दूरध्वनी क्रमांक व व्यक्तिंची नावे हे उद्दिष्टांनुसार केलेल्या वर्गीकरणाचे उदाहरण होईल.

पारंपारिक पद्धतीने सांख्यिकी गोळा करण्याच्या पद्धतीत बरेच वेळा द्विरुक्ति होते. एखाद्या व्यक्तीच्या नावाची नोंद एकाच कचेरीत ती व्यक्ती वेगवेगळ्या कामासाठी आली असेल तर अनेक वेळा वेगवेगळ्या ठिकाणी होईल. अशावेळी त्या व्यक्तीचे नाव, पत्ता, वय, व्यवसाय यात चुका होऊ शकतील, त्रुटी राहू शकतील. त्या व्यक्तींचा पत्ता बदलला तरी काही दिवसांनी कचेरीत जुनाच पत्ता नोंदवलेला असेल. पारंपारिक पद्धतीने सांख्यिकी गोळा केली तर पुढील अडचणी येतात.

१) सांख्यिकीची अत्याधिक नोंद (Redundancy)

२) सांख्यिकी सांभाळून ठेवण्याची जास्त किंमत (High maintenance cost)

३) सांख्यिकी एका ठिकाणाहून इतरत्र नेताना होणारा वेळेचा अपव्यय

४) सांख्यिकीत होणारे वरकरणी बदल

५) सांख्यिकीची कमी सुरक्षितता व गोपनीयता

६) सांख्यिकीचे प्रत्यक्ष घटनेशी असलेले कमी साधर्म्य.

हे सर्व टाळून सांख्यिकी अधिक उपयुक्त व्हावी म्हणून, एकच सांख्यिकी अनेकांना वापरता यावी अशा पद्धतीने संरचित (Strcture) केली जाते. उदा.

आद्याक्षरांप्रमाणे तयार केलेला दूरध्वनी क्रमांकांचा कोश, अनेकांना वेगवेगळ्या कारणासाठी वापरता येतो. ही सांख्यिकी अर्थातच संगणकावर असेल तर छापील कोश वाचतांना येणाऱ्या सर्व अडचणी टाळता येतात. शिवाय त्यात गोपनीयताही (Secrecy) राहू शकते. अशा सांख्यिकीचे अद्ययावतीकरण (updating) करणे सोपे असते.

संगणकातील सांख्यिकीचे व्यवस्थापन हे सांख्यिकी व्यवस्थापन प्रणाली (DBMS - Database management systems) वापरून केले जाते.

ही प्रणाली म्हणजे सांख्यिकीची साठवण, पुनर्प्राप्तिकरण (Retrieval) व परिवर्तन (Modification) करणारी संगणकीय संहिता असते. कोणत्याही सांख्यिकीसाठी अभिगम (Acess), त्याची कौशल्यपूर्ण हाताळणी, जोडणी हे सर्व या प्रणालीत शक्य होते.

कोणत्याही DBMS ची महत्त्वाची कार्ये म्हणजे

१) सांख्यिकी पटाची (Data file) कुशल हाताळणी व व्यवस्थापन (सांख्यिकी संरचनेत परिवर्तन करणे, सांख्यिकी वाढवणे, कमी करणे इत्यादी)
२) नोंदी अद्ययावत करणे (Updating)
३) नोंदी निवडणे, संक्षेपित करणे (Summarization) व त्यासंबधी पृच्छा करणे.
४) सांख्यिकीची सत्यता (Integrity) व गोपनीयता सांभाळणे.
५) उपयोजकता वाढविणे, (Application building)

जी. आय. एस. मध्ये सांख्यिकीच्या वापरासाठी अनेक प्रतिमाने किंवा प्रतिकृती वापरल्या जातात. गुणविशेष सांख्यिकीसाठी ज्या प्रतिकृती वापरल्या जातात त्या प्रामुख्याने उतरंड युक्त, (Hierarchial), जाळीयुक्त (Network), संबंधयुक्त (relational) व घटक आधारित (Object oriented) यांचा समावेश होतो. आज संबंधयुक्त प्रतिमानाचा वापर GIS मध्ये मोठ्या प्रमाणावर होत आहे.

संबंधयुक्त सांख्यिकी व्यवस्थापन (RDMS = Relational Data base management system)

या व्यवस्थापन पद्धतीत सांख्यिकी ही तक्त्याच्या स्वरुपात श्रेणीबद्ध केलेली असते. प्रत्येक तक्ता (Table) हा स्वतंत्र घटकासाठी किंवा

वैशिष्ट्यांसाठी असतो. सर्व तक्ते एकमेकांशी एका सूचीने (Key) जोडलेले असतात. प्रत्येक तक्त्याच्या संदर्भात पृच्छा करता येते हा या पद्धतीचा मोठा फायदा असतो.

पुढील उदाहरणात दाखविल्याप्रमाणे f / 1 ते f / 4 या चार शेतजमिनी, शेतजमीन या नावाने एका तक्त्यात दाखविल्या आहेत. त्यासंबधीची सांख्यिकी, रांगा व स्तंभ स्वरुपात संघटित केलेली आहेत. स्तंभ कुठल्याही क्रमाने संघटित करता येतात. एखादी नोंद उपलब्ध नसेल तर तीही यात शून्य स्वरुपात दाखवता येते.

तक्ता २

शेतजमीन ओळख संकेत		नाव	क्षेत्रफळ	वाळूचे प्रमाण	मातीचा थर
f/1	001	आंबेगाव	२००	२०	१२
f/2	002	वारळ	३५०	४०	१६
f/3	003	माजगाव	१५०	१५	०८
f/4	004	खारसई	१००	०८	१८

अशा रितीने सांखिकी नोंदवून ती गुणविशेष पट (Attribute File) स्वरुपात साठवून ठेवली जाते. तक्ता स्वरुपातील ही रचना खूपच लवचीक असते.

पृच्छा Query) करण्याची उपलब्धता असणे ह्या पद्धतीचा मोठा फायदा आहे. बहुआयामी सांख्यिकी (Multidimensional Data) साठीही या पद्धतिचा उपयोग होतो. ARC / INFO / GRASS / GRAM यासारख्या जी. आय. एस. संहितामध्ये विशिष्ट संकेतानुसार असा तक्ता करण्याची सुविधा आहे. सांख्यिकीत काळ संदर्भात (Temporal) आकडेवारी असली तरी काही समस्या उद्भवू शकतात.

अवकाशिक व गुणविशेष सांख्यिकीची जोडणी
(Linking of spatial and attribute data)

जाळी सदृश्य प्रतिकृतित प्रत्येक जाळी चौकोनात मूल्य लिहिलेले असल्यामुळे त्यासाठी वेगळ्या सांख्यिकी पटाची गरज नसते. सांख्यिकीचा प्रत्येक थर, म्हणजेच स्वतंत्र साख्यिकी पट (File) असतो. अशा तऱ्हेच्या जी. आय. एस. चा उपयोग मुख्यत: विश्लेषणासाठी केला जातो. त्यात गुणविशेषणावर

आधारित अशा हाताळणीची व पृथक्करणाची गरज नसते.

सदिश प्रतिकृतीत अनेकदा अवकाशिक व गुणविशेष सांख्यिकीचा संकर (Hybridization) केला जातो. अवकाशिक सांख्यिकी बिंदू, रेषा, क्षेत्र, पद्धतीने नोंदवून त्याला गुणविशेष सांख्यिकी, संबंध पद्धतीने (Relational) जोडली जाते. दोन्हीच्या समाकलनाने, यथार्थ प्रदेशाचे उपयुक्त निर्देशन करणे सोपे जाते.

□□

प्रकरण ५
सांख्यिकीच्या नोंदी व संस्करण
(Data input and Editing)

सांख्यिकीची अंक स्वरुपात नोंद ही कोणत्याही जी. आय. एस. ची प्राथमिक गरज आहे. विविध स्वरूपात उपलब्ध होणारी सांख्यिकी प्रथमत: जी. आय. एस.मधे वापरण्याकरता संगणकावर घेणे आवश्यक असते. नकाशे, हवाई छायाचित्रे, उपग्रह प्रतिमा या स्कॅन करून किंवा त्यासंबंधीची अंक स्वरूपात आकडेवारी उपलब्ध असल्यास तशीच्या तशी संगणकावर घेता येते. काहीवेळा GPS च्या साहाय्याने मिळालेली किंवा दुय्यम स्त्रोतांतून (Secondary Sources) मिळालेली आकडेवारीही संगणकावर घेतली जाते.

जी. आय. एस. साठी वापरायच्या आकडेवारीचे बरेच वेळा शुद्धीकरण (Correction) करावे लागते किंवा त्यांची पुनर्रचना करावी लागते. जी. आय. एस. मध्ये सांख्यिकी आणताना पुढील गोष्टींची खात्री करावी लागते.

१) अनेक स्त्रोतातून आलेली सांख्यिकी विविध प्रक्षेपणात असल्यामुळे ती एकाच प्रक्षेपण रचनेत आणणे.

२) सांख्यिकीची क्लिष्टता कमी करून ती सोपी करणे.

३) अंक स्वरूपातील माहिती, जवळजवळच्या दोन नकाशातून, छायाचित्रांतून किंवा उपग्रह प्रतिमेतून घेतली असल्यास त्यांची जुळणी पडताळून पहाणे.

जी. आय. एस.साठी सांख्यिकीचे संकेतीकरण करणे (encoding) व तिच्यावर संस्कार करणे (editing) या सर्व प्रक्रियेस सांख्यिकीचा ओघ किंवा प्रवाह (Data stream) असे म्हटले जाते.

छापील स्वरूपात (Hard copy) येणारे नकाशे किंवा हवाई छायाचित्रे यापासून मिळणारी सांख्यिकी ही अनुरूपी स्वरूपाची (Analogue) असते. अशा सांख्यिकीचे अंक स्वरूपात (Digital) रूपांतरण करणे आवश्यक असते, त्याशिवाय जी. आय. एस. मधे ती वापरता येत नाही.

अनुरूपी माहिती, अंक स्वरूपात रूपांतरित करूनच मिळण्याची सुविधा

असल्यामुळे, वर उल्लेखिलेली सांख्यिकी आणि जीपीएस, सर्वेक्षण, यांनी दिलेली माहिती जी मुळातच अंक स्वरूपात असते ती सहजपणे जी. आय. एस. संहितेत वापरण्यास योग्य असते.

सांख्यिकीचे स्वरुप व स्त्रोत विभिन्न असल्यामुळे त्यावर संस्करण हे करावेच लागते. त्यानंतरच अंक स्वरूपात असलेली सांख्यिकी जी. आय. एस.मध्ये वापरता येते.

सांख्यिकी नोंदीच्या पद्धती (Methods of Data input)

सर्व प्रकारची सांख्यिकी (Analogue data) पुढील पद्धती वापरून अंक स्वरूपात रूपांतरीत केली जाते.

१) अंक अक्षर पट्टीने नोंद (Keyboard entry) : यास अंकअक्षर सांकेतिकरण असेही म्हणले जाते (Key coding). संगणकावर पट रचना स्वरूपात (File format) माहितीची नोंद केली जाते.

केवळ छापील स्वरूपात उपलब्ध होणाऱ्या गुणविशेष सांख्यिकीची नोंद अंक अक्षर पट्टी (Keyboard) वापरून केली जाते. एखाद्या प्रदेशाची सीमा, एखाद्या वस्तीचे स्थान, इत्यादी गोष्टी त्याच्या संदर्भामुळे नोंदविता येतात. ह्या नोंदी 'मानव चलीत' (Manual) व अंकीय नोंदक (Digitizer) वापरून केल्या जातात.

मानव चलीत अंकीय नोंदक (Manual Digitizer)

अवकाशिक स्वरूपाची सांख्यिकी असलेल्या नकाशातील वैशिष्ट्ये दाखविण्यासाठी तसेच बिंदू, रेषा, क्षेत्र असे स्थलविज्ञान नोंदवण्यासाठी या अंक नोंदकाचा उपयोग केला जातो.

मानवचलीत अंकनोंदकात एक टेबल अंकनोंदक असतो जो संगणकाला जोडलेला असतो. टेबल अंकनोंदक म्हणजे एक सपाट टेबल असून ज्याच्या पृष्ठभागाखाली तारांची एक जाळी बसवलेली असते. एका जाड तारेने (Cable) ही जाळी कर्सरला जोडून ती संगणकाला जोडलेली असते. कर्सर, टेबलावर जोडलेल्या नकाशावर फिरवून, त्यासंबंधीची माहिती संगणकाकडे पाठवली जाते.

बिंदू पद्धती (Point Mode) व प्रवाह पद्धती (Stream mode) या दोन पद्धतींनी, अंकनोंदक वापरून अंकीय नोंद केली जाते. बिंदू पद्धतीत, प्रत्येक रेषा खंडाची सुरुवात, शेवट व मधल्या रेषेमध्ये आवश्यक तितके बिंदू निवडून अंकीय

नोंदी केल्या जातात. प्रवाह पद्धतीत ठराविक अंतराने किंवा ठराविक वेळाने अंक नोंद करण्याची क्रिया केली जाते. ही पद्धत जलद असली तरी त्यासाठी जास्त अनुभव व कौशल्य लागते. मोठ्या सांख्यिकीची अंकीय नोंद करण्यासाठी ही पद्धत वापरली जाते.

मानवचलीत नोंदकाने केलेल्या नोंदीत होणारी अचुकता ही नकाशाचे प्रमाण व नियोजन यावर ठरते. कोणती संहिता (Software) वापरली जात आहे यावरही ती अवलंबून असते. या पद्धतीत मिळणारी अचूकता k.०५४ मिमी पासून k०.८ मिमी पर्यंत आढळते. वेड्या वाकड्या रेषा व लहान आकाराच्या बहुभूजाकृतींची अंकीय नोंद करताना, जास्तीत जास्त चुका होतात.

आजकाल संगणकावर माऊस-पॅडच्या सहाय्याने हीच प्रक्रिया करून अंकीय नोंद केली जाते. सांख्यिकीची अंकीय नोंद करण्याची पद्धत पुढीलप्रमाणे आहे –

१) नोंदणी (Registration) ñ सर्वप्रथम ज्या नकाशावरून / हवाई छायाचित्रावरून / उपग्रह प्रतिमेवरून सांख्यिकीची अंकीय नोंद करायची आहे त्याची नोंदणी केली जाते. नकाशाचे चार कोपरे आणि मध्य भागातला बिंदू यांचे सहअक्ष संदर्भ शोधून त्यांची अंकीय नोंद केली जाते. पुढे याचेच रूपांतर अक्षांश रेखांश संदर्भ पद्धतीत करून घेतले जाते. त्यामुळे नकाशाची ही प्राथमिक नोंदणी महत्त्वाची असते. कारण नकाशावरील त्यानंतरची प्रत्येक अंकीय नोंद या संदर्भात रूपांतरीत होत असते.

२) बिंदू घटकांचे अंकीय नोंदीकरण – खेडेगाव, हॉटेल, स्थलउच्चांक, हवामान केंद्र, यासारख्या विविध बिंदूनी दाखवता येणाऱ्या घटकांची, अंकीय नोंदकाच्या साहाय्याने नोंद केली जाते. याच वेळी या प्रत्येक बिंदूला विशिष्ट ओळख संकेतही जोडला जातो. त्यानुसार, मग या बिंदूला गुणविशेष सांख्यिकीही जोडता येते.

३) रेषा घटकांचे नोंदीकरण – बिंदू जोडून, नद्या, रस्ते यासारख्या घटकांचे नोंदीकरण केले जाते. यांनाही विशिष्ट ओळख संकेत (Identifier) दिले जातात. त्यानंतर प्रत्येक रेषा घटकाच्या गुणविशेषांची पट रचना (File) जोडली जाते. (उदा. रस्त्याचा दर्जा, त्यावरील वाहतूक, बांधकामाची तारीख इत्यादी)

४) बहुभूजाकृतिंची नोंद – क्षेत्रदर्शक घटकांच्या सीमांची (उदा. जंगल व्याप्त प्रदेश, प्रशासकीय विभाग) नोंद रेषा खंडांच्या जुळणीने केली जाते. यात

महत्त्वाची गोष्ट म्हणजे शेवटचा बिंदू सुरुवातीच्या बिंदूला जोडला जाणे गरजेचे असते. काही वेळा केवळ रेषा खंड अंकीय नोंदकांच्या सहाय्याने निश्चित करून, नंतर जोड रेषांनी वेगवेगळ्या बहुभूजाकृतिंची निर्मिती केली जाते. यात, एका रेषा खंडाची, फक्त एकदाच नोंद होणे गरजेचे असते.

५) **गुणविशेष सांख्यिकीची नोंद** – प्रत्येक बहुभुजाकृतिसाठी एक ओळख संकेत देऊन नंतर गुणविशेष सांख्यिकी त्या संकेताला जोडली जाते. उदा. जंगल व्याप्त क्षेत्राची गुणविशेष सांख्यिकी झाडांची जात, त्यांचे वय, घनता अशासारखी असेल, जी एखाद्या ओळख संकेतानुसार त्याला जोडलेली असेल.

स्वयंचलित अंकीय नोंदीकरण (Automatic digitizing)

मानवचलीत नोंदकाने केलेल्या नोंदीत खूपच कालापव्यय होतो. शिवाय ही पद्धत थोडी किचकटही आहे. क्लिष्ट स्वरुपाच्या नकाशावरून मोठ्या प्रमाणावर सांख्यिकीच्या अंकीय नोंदी करायच्या असतील तर स्वयंचलित नोंदकाचाच उपयोग करणे हितावह असते.

स्कॅनिंग स्वयंचलित रेषा अनुसरण (Automatic line following) या दोन पद्धतींनी स्वयंचलित अंकीय नोंदी केल्या जातात. यातही स्कॅनिंगची पद्धत नेहमीची व वारंवार वापरली जाणारी पद्धत आहे. स्कॅनरने स्कॅन होणारे चित्र हे जाळी चौकोन पद्धतीत (Raster) स्कॅन होत असते. त्यामुळे नकाशे, हवाई छायाचित्रे, उपग्रह प्रतिमा यावरून सांख्यिकी मिळवायची असते तेव्हा सर्वप्रथम ही स्कॅन करून संगणकावर घेतली जातात. त्यानंतर नकाशावरील विविध घटकांचे स्थलविज्ञान, बिंदू, रेषा, क्षेत्र स्वरूपात व सदिश प्रकारात (vector format) नोंदवली जाते.

स्कॅनर ही अनुरूपी सांख्यिकी (Analogue data) अंकसांख्यिकीत (Digital Data) रुपांतरित करणारी संहती (Hardaware) आहे. लहान, सपाट, A 4 आकाराचे स्कॅनर ही छोट्या संगणकाची परिघी सामुग्री (Peripheral) असते. या नोंद पद्धतीत पुढील अडचणी येऊ शकतात.

१) ज्योतिर्विकृतिची (optical distortion) शक्यता.

२) नकाशावरील डाग, घड्या, नको असलेल्या रेषा, खाडाखोड यांचेही स्कॅनिंग होते.

३) निवडलेले भागच (Selected portion) स्कॅन होतात किंवा त्याचे

संकेतिकरण होते, बाजूच्या इतर गोष्टींचे संकेतिकरण होत नाही.

स्कॅन केलेल्या चित्राचे वियोजन हा त्याचा महत्त्वाचा गुणधर्म आहे. हे वियोजन दर चौ. इंच क्षेत्रातील बिंदूंची संख्या (Dots per inch, dpi) या स्वरूपात मोजले जाते. स्कॅन केलेल्या चित्राचा हुबेहूबपणा व अचूकपणा, हा ते चित्र जी आयएसमधे वापरण्यासाठी महत्त्वाचा असतो. चित्राचे प्राकृतिक व मानचित्रक (Cartographic) गुणधर्म जसेच्या तसे राहणे आवश्यक असते. नाहीतर त्यावर आधारीत जे सदिशीकरण (Vectorization) करायचे असते त्यात चुका होऊ शकतात.

स्कॅन झालेले चित्र ह्यानंतर भूसंदर्भित करावे लागते. साध्या सपाट स्कॅनरवर दर चौ. इंचात ५० ते २०० बिंदू इतके वियोजन (Resolution) मिळू शकते. जास्त किमतीचे दंडगोलीय स्कॅनर (Drum Scanner) हे ५०० ते २५०० dpi एवढे वियोजन देऊ शकतात. जेवढे वियोजन जास्त तेवढी अधिक सांख्यिकी (अधिक बारकाव्यांसह) स्कॅन होते. यासाठी साठवण क्षेत्र (Storage space) जास्त लागते व त्यावर संस्करण करताना जास्त वेळ लागतो. त्यानंतरच ती चित्रे जी. आय. एस.मधे वापरता येतात.

स्कॅन झालेल्या चित्रातील, छायाचित्रातील किंवा नकाशातील विविध घटक स्पष्ट होत नसतील तर प्रतीमान – प्रक्रिया संहितेचा (Image processing software) वापर स्वयंचलीत रेषा अनुसरण ही स्वयंचलीत अंकीय नोंदीकरणाची दुसरी पद्धत आहे. साधा सपाट स्कॅनर हे जाळी चौकोन पद्धतीचे उपकरण आहे तर स्वयंचलीत रेषा अनुसरण करणारे उपकरण हे सदिश (Vector) पद्धतीचे X आणि Y या अक्ष संदर्भात नोंद करणारे उपकरण आहे. हे उपकरण क्लिष्ट असल्यामुळे त्याचा वापर तुलनेने कमी आहे. चित्रावरील किंवा नकाशावरील रेषा दर्शक घटकांच्या अंकीय नोंदीसाठीच प्रामुख्याने हे उपकरण वापरले जाते.

सांख्यिकीचे संस्करण (Data editing) सांख्यिकीची अंक स्वरूपात नोंद करताना येणाऱ्या अडचणीमुळे नोंद झालेली सांख्यिकी बिनचूक असेलच याची खात्री देता येत नाही. मूळच्या सांख्यिकीत असलेल्या चुका किंवा नोंद करताना झालेल्या चुका यात असू शकतात.

याच पातळीवर सांख्यिकीच्या नोंदीतील चुका ओळखणे व त्या दुरुस्त करणे आवश्यक असते. या चुका तशाच राहिल्या तर जी आयएसच्या विश्लेषणात

त्रासदायक ठरू शकतात. चुका शोधण्याच्या व दुरुस्त करण्याच्या या पद्धतीस सांख्यिकीचे संस्करण किंवा (Clearing) असे म्हणतात. हे तीन प्रकारे केले जाते. चुकांचे शोधन (Detection) व शुद्धीकरण (Correction), पुनर्प्रक्षेपण (Reprojection), रुपांतरण (Transformation) व सामान्यीकरण (Generalisation) व त्यानंतर भूजा किंवा कडांची जुळणी (edgematching).

नोंदीतील चुकांचे शोधन व शुद्धीकरण
(Detection and correction of errors)

मूळचा नकाशा कमी प्रतीचा व खराब झालेला असल्यास त्याच्यावरून केलेल्या अंकीय नोंदीत खूपच चुका रहाण्याची शक्यता नेहमीच असते. नकाशावरील किंवा छायाचित्रांवरील डाग, घड्या किंवा मुद्रण दोष हे सुद्धा नोंद करताना सांख्यिकीत घेतले जातात. या चुका नंतर शोधणे अवघड असते. की-बोर्ड किंवा माऊस एन्ट-ी करतानाही चुका होऊ शकतात. सांख्यिकीचे एका रचनेतून (Format) दुसऱ्या रचनेत रूपांतर करतानाही चुका होतात.

गुणविशेष सांख्यिकीच्या अंक नोंदीत, तुलनेने कमी चुका होतात आणि त्या मूळची आकडेवारी पाहून शुद्ध करताही येतात. गुणविशेष सांख्यिकी नोंदीतील चुका दुरुस्त करण्याच्या काही पद्धती पुढीलप्रमाणे

१) अशक्य मूल्ये (Impossible Values) : काही वेळा एकाद्या घटकाची आकडेवारी जशी नोंदली गेली आहे तशी ती कधीच असू शकत नाही. (उदा. वजा ३००० एमएम पर्जन्य. किंवा उतार १०० अंश) काही वेळा अपेक्षित कक्षेच्या बाहेर असलेल्या किंमतीची चुकून नोंद होते.

२) पराकोटीची मूल्ये (Exteme Values) : मूळचा दस्तावेज पाहता काही वेळा असे लक्षात येते नोंद झालेली आकडेवारी पराकोटीची जास्त किंवा कमी आहे. (उदा. एखाद्या घनदाट जंगलात ५ झाडे आहेत. ही नोंद ५०० किंवा ५००० अशी असावी किंवा एखाद्या छोट्या लॉजमध्ये २००० खोल्या आहेत. ही मूळ नोंद २० खोल्या अशी असण्याची शक्यता जास्त)

३) अंतर्गत असंबद्धता (Internal inconsistency) : काही वेळा जी. आय. एस. करता केलेल्या एखाद्या नोंदीची बेरीज किंवा त्याची सरासरी, मूळच्या नोंदीपेक्षा खूपच वेगळी येते. याचा अर्थ नोंद करताना अंतर्गत संबद्धता बिघडलेली आहे.

४) विकिर्णालेख (Scattergrams) : X व Y अक्षात नोंदीचे निर्देशक करून त्यावर समाश्रयण रेषा काढून, ज्या अंक नोंदी या रेषापासून विचलित झालेल्या असतील त्या पुन्हा तपासून सुधारल्या जातात.

५) प्रवृत्तिदर्शक समतल पृष्ठे (Trend Surfaces) : एखाद्या घटनेचे प्रवृत्तिदर्शक विश्लेषण करून त्याचा नकाशा तयार केला जातो. या सामान्य प्रवृत्तिपासून बाजूला फेकल्या गेलेल्या नोंदीचा पुनर्विचार करून ती चूक असल्यास सुधारली जाते. (उदा. एखाद्या रस्त्यावर वारंवार अपघात होत असतील व एखादी नोंद त्या रस्त्यापेक्षा खूप दूर दाखवली जात असेल तर ती पुन्हा खात्री करून, दुरुस्त करावी लागेल)

अवकाशिक संख्यिकीच्या नोंदीतील चुका दुरुस्त करण्याच्या काही पद्धती :

यापूर्वी सांगितल्याप्रमाणे अवकाशिक सांख्यिकीच्या नोंदीत, मूळ दस्तावेजामुळे झालेल्या चुका सुधारणे तुलनेने जास्त अवघड असते. या चुकांचे काही प्रकार असे.

चुकीचे स्वरूप	**वर्णन**
१) नसलेल्या गोष्टी	बिंदू, रेषा, सीमांची नोंद न होणे
२) द्विरुक्त घटक	एकाच बिंदू, रेषा इत्यादीची पुन्हा पुन्हा नोंद होणे
३) चुकीचे स्थान	चुकीच्या ठिकाणी नोंद होणे
४) घटकाला नाव नसणे	बहुभूजाकृतिसाठी किंवा बिंदूसाठी ओळख निर्देश नसणे.
५) नावांची द्विरुक्ति	एकच नाव दोन बहुभूजाकृतिंना दिले जाणे
६) नोंदीकरणातील चुका	अपूर्ण लांबीचे रेषाखंड (Under Shoots) जास्त लांबीचे रेषा खंड (Over Shoots) चुकीचे वक्र रेषा खंड (Loops)
7) अनावश्यक नोंदी (Noise)	नको असलेल्या पण नकळत झालेल्या नोंदी.

आकृती २५ मधे सदिश सांख्यिकीत ह्या चुका कशा दिसतात ते दाखविले आहे. बऱ्याच जी आय. एस. संहितामधे या चुका दुरुस्त करण्याची स्वयंचलित यंत्रणा असते. कोणत्या ठिकाणी कशा प्रकारच्या चुका झालेल्या आहेत हे दिसू

शकते. त्याचप्रमाणे चुका दुरुस्त झाल्यानंतर तयार झालेला सुधारित नकाशाही दिसू शकतो. मात्र याकरता नोंद सुधारण्याची नेमकी सहनक्षमता (Tolerance) द्यावी लागते. रेषा खंडाची लांबी वाढविण्यासाठी नेमकी मर्यादा दिली नाही तर, मुळात जे अंतर चुकीचे दाखविलेच गेलेले नाही तेही ही सुधारले जाऊ शकते!

जाळी सांख्यिकी पद्धतीतही या प्रकारच्या चुका राहू शकतात. हवाई छायाचित्र घेताना, ढगांचे प्रमाण जास्त असेल तर ढगांचे चित्र ही नको असलेली माहिती म्हणून नोंदवली जाऊ शकते. अशी माहिती (Noise) काढून टाकण्यासाठी गाळण पद्धती (Filtering) वापरली जाते. हे एक पृथक्करण तंत्र असून, ठराविक पिक्सल असलेली जाळी वापरून व मध्यवर्ति पिक्सलची किंमत पुन्हा ठरवून नको असलेल्या माहितीचे प्रमाण कमी केले जाते.

पुनर्प्रक्षेपण, रुपांतरण व सामान्यिकरण :
Reprojection, transformation and generalization)

वेगवेगळ्या स्त्रोतांतून मिळणारी चित्रे / नकाशे निरनिराळ्या प्रक्षेपणात काढलेली असतात. जी. आय. एस. मध्ये वापरण्यापूर्वी ही सर्व सांख्यिकी एकाच प्रक्षेपणात येणे गरजेचे असते. एखादा समुद्रकिनारा हा नौकानयन नकाशावरून (Navigational Chart) अंकीय नोंद केलेला असेल व तोच किनारा जनगणना कोषातूनही (Census Handbook) अंकीय नोंद केलेला असेल तर प्रक्षेपणातील फरकामुळे, दोन्ही किनारपट्ट्या एकमेकाशी जुळणार नाहीत. त्या जुळण्यासाठी त्या एकाच प्रक्षेपण प्रणालीत आणून नंतर अंकीय नोंद करणे आवश्यक ठरेल.

वेगवेगळ्या नकाशांची संदर्भ जाळीही विभिन्न असते. असे नकाशे वापरताना ते एकाच संदर्भ जाळीत आणावे लागतील. हे सगळे करण्यासाठी गणिती रुपांतरणाबरोबरच पुढील पद्धतीही वापरल्या जातात.

१) प्रमाणीकरण (Scaling) : १ मीटर अंतराची संदर्भ जाळी असलेला नकाशा व १० मीटर अंतराची जाळी असलेला नकाशा, संदर्भ जाळीतील प्रत्येक रेषा १० ने गुणून वाढविल्यावर प्रमाणित होईल.

२) समान उद्गम (Comman Origin) : जर दोन नकाशे एकाच संदर्भ जाळी पद्धतीने पण वेगवेगळ्या उद्गम संदर्भाने काढलेले असतील तर नुसत्या उद्गम संदर्भातील फरकाच्या सहाय्याने, एक नकाशा पुढे मागे सरकवून दोन्ही नकाशे एकसारखेच बनविता येतात.

सदिश सांख्यिकीच्या नोंदीत होणाऱ्या चुका
(ERRORS IN VECTOR DATA ENTRY)

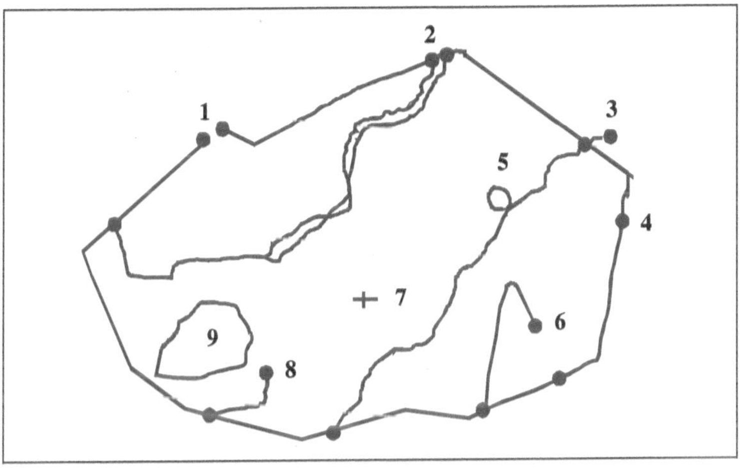

1. बंदिस्त नसलेल्या बहुभूजाकृती Unclosed Polygon	2. रेषाखंडांची द्विरुक्ति Duplicate Line Segment	3. वाढलेले रेषाखंड Overshoot
4. मिथ्या स्पंदनबिंदू Pseudonode	5. फास / गाठ Loop	6. अपूर्ण रेषाखंड Undershoot
7. नामदर्शक द्विरुक्ति Duplicate Label Point	8. लोंबते स्पंदनबिंदू Dangling Node	9. विनासंकेत बहुभूजाकृती Unlabelled Polygon

कडांची जुळणी
(EDGE MATCHING)

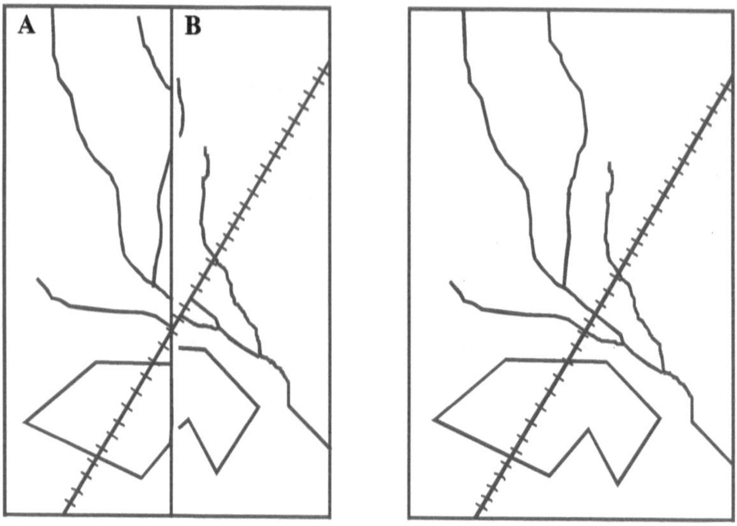

आधी नंतर

आ. २६

लवचिक पसरण
(RUBBER SHEETING)

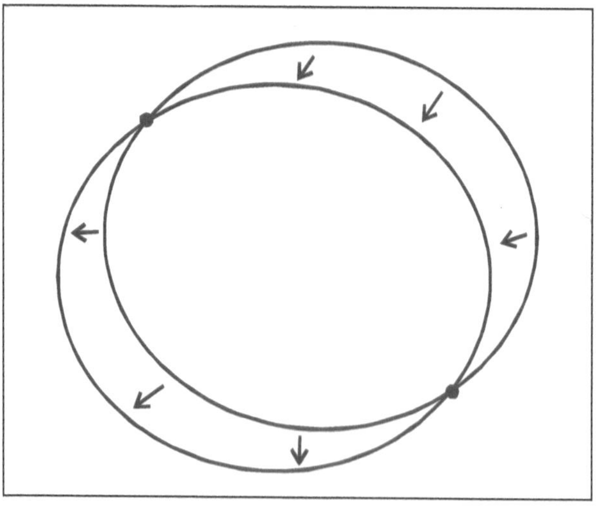

आ. २६अ

३) परिवलन (Rotation) : वेगवेगळ्या सह अक्षांशाचे त्रिकोणमितीय (Trigonometrical) परिवलन करून दोन नकाशे समान परिवलन जाळी संदर्भात आणता येतात.

भूजा किंवा बाजूंची जुळणी (Edge matching)

जेव्हा मूळ नकाशा एकापेक्षा जास्त तुकड्यात किंवा वेगवेगळ्या कागदावर पसरलेला असतो. तेव्हा स्कॅन केलेल्या तुकड्यांची योग्य जुळणी, त्यांच्या बाजू लक्षात घेऊन करावी लागते. सामान्यपणे नकाशाच्या प्रत्येक तुकड्याची स्वतंत्रपणे अंकीय नोंद केलेली असते. यानंतर प्रत्येक तुकड्यातील नकाशावर संस्करण करून, ते पुनर्प्रक्षेपण करून व त्यांचे सामान्यिकरण करून ते एकमेकास जोडले जातात. (आ. २६)

प्रत्येक नकाशावरील बहुभूजाकृतिंच्या सीमा रेषांच्या संदर्भात ही जुळणी करावी लागते. दोन वेगवेगळ्या उपग्रहांनी केलेल्या प्रतिमा किंवा दोन वेगवेगळ्या सरकारी खात्यांनी केलेले नकाशे जोडणे नेहमीच कठीण असते. एकाच प्रदेशाची हवाई छायाचित्रे दोन वेगवेगळ्या वेळी घेतली असल्यास, उंचीत झालेले बदल, विमानाची हालचाल इत्यादी कारणामुळे दोन चित्रात फरक पडतो. अशा वेळी दोन छायाचित्रातील प्रदेशाच्या सीमा जुळवणे जिकीरीचे काम असते. जोडणीच्या या प्रक्रियेस लवचीक प्रसरण (Rubber sheeting) असे म्हटले जाते. (आ. २६अ)

लवचिक प्रसरण क्रिया म्हणजे, नकाशा एखाद्या रबरी तुकड्यावर काढलेला आहे असे समजून तो सर्व बाजूंनी ताणणे. दोन नकाशावरील जी ठिकाणे त्यांच्या नेमक्या स्थानापाशी असतील ते नियंत्रण बिंदू (Control points) समजून, जी चुकीच्या स्थानापाशी असतील ती ताणून एकमेकाशी जोडली जातात. त्यानंतर दोन्ही नकाशातील जोडणी केलेल्या बिंदूच्या भूसंदर्भाची खात्री करून घेतली जाते. साधारणपणे, प्रमुख इमारती, रस्ते, नद्यांचे संगम व शिखरे किंवा किनाऱ्यावरील भूशिरे (Headlands) नियंत्रण बिंदू म्हणून वापरले जातात. नियंत्रण बिंदूंची संख्या कमी असेल तर लवचीक प्रसरण परिणामकारक होत नाही.

भूसंकेतीकरण (Geocoding)-

वर्णनात्मक माहिती किंवा स्थळनामे (Place names), जमीन

जुमल्याचे स्थान किंवा एखादा डाक संकेत (Post code) यांना नेमका भौगोलिक संदर्भ देणे म्हणजे भूसंकेतीकरण. यात प्रत्येक ठिकाणाला भौगोलिक अक्षांश, रेखांश देऊन ते स्थान अचूक सांगितले जाते. याचा फायदा असा होतो की, स्थळनामे, डाक संकेत यात कितीही बदल झाले तरी त्याचा भूसंकेत मात्र तोच ठेवता येतो. एखाद्या हॉटेलचे नाव बदलले किंवा गावाचे नाव बदलले तरी त्याचा भूसंकेत बदलत नाही.

वर वर्णन केलेल्या पद्धती वापरून सर्व प्रकारच्या सांख्यिकीची अंकीय नोंद केली जाते व जी. आय. एस. विश्लेषणासाठी आवश्यक असेल अशा पद्धतीने ह्या नोंदीवर संस्करणही केले जाते.

□□

प्रकरण ६
सांख्यिकीचे पृथक्करण
(Data Analysis)

यापूर्वी सांगितल्याप्रमाणे अवकाशिक व गुणविशिष्ट सांख्यिकी जी. आय. एस. संहितेत वापरण्यास योग्य झाल्यावर तिचे पृथक्करण केले जाते.

विविध प्रकारच्या सांख्यिकी पद्धती उपलब्ध असल्या तरी, जी आयएसमधे ज्यांचे प्रत्यक्ष उपयोजन केले जाते त्यांचाच विचार इथे केलेला आहे. प्रत्येक पद्धतीमागे असलेली तात्त्विक बैठक किंवा सूचनासंच (Algorithm) यांचे वर्णन केलेले नाही.

जी. आय. एस. तंत्रातील मोजमापे : लांबी, परिमिती व क्षेत्रफळ (Lengths, Perimeters and areas)

लांबी, परिमिती व क्षेत्रफळ मोजणे हे कोणत्याही जी. आय. एस. संहितेचे सर्वसामान्य कार्य असते. लांबी मोजणे हे तर सहज सोपे काम असते. पण लांबीचे उत्तर हे जाळी किंवा सदिश जी. आय. एस. प्रमाणे व मोजमापाच्या पद्धतीप्रमाणे बदलते. हे लक्षात ठेवणे गरजेचे आहे की, जी. आय. एस. मधून मिळणारी सर्व मोजमापे ही प्रत्यक्ष मोजमापाच्या जवळपास येतात (Approximation) याचे मुख्य कारण म्हणजे, सदिश सांख्यिकी ही रेषा खंडांच्या जोडणीतून तयार झालेली असते तर जाळी सांख्यिकी ही जाळी चौकोनानुसार तयार होते. एखादी वक्ररेषा सुद्धा सदिश जी. आय. एस. मधे, अनेक सरळ रेषाखंडाच्या जोडणीतूनच दर्शविली जाते.

जाळी जी. आय. एस. मधे, "अ व ब या दोन बिंदूतील अंतर किती ?" या प्रश्नाची एकापेक्षा जास्त उत्तरे मिळतात. कारण अ आणि ब ही एका सरळ रेषा खंडाची दोन टोके असतात. जी. आय. एस. मधे सामान्यपणे दोन बिंदूतील लघुत्तम अंतर (Shortest Path) किंवा युक्लिडिअन (Euclidean Distance) अंतर, दोन बिंदू जोडणारी सरळ रेषा व त्याचा काटकोन त्रिकोण तयार करून (right angled triangle) शोधले जाते. यासाठी पायथागोरस चा सिद्धांत वापरला जातो.

$$AB^2 = AC^2 + CB^2$$

$$AB = \sqrt{AC^2 + CB^2}$$

दुसरी पद्धत जी. आय. एस. मधे वापरली जाते ती म्हणजे 'मॅनहॅटन' (Manhattan) पद्धत. प्रत्येक जाळी चौकानाच्या बाजूने मोजलेले अंतर हे दोन बिंदूतील अंतर म्हणून दिले जाते. जाळी पद्धतितील रचना लक्षात घेता, रचना खंडांतून कर्ण दिशेने अंतर मोजणे चुकीचे असल्यामुळे, चौकोनांच्या बाजूने ते मोजले जाते.

जाळी पद्धतीत अंतर मोजण्याची तिसरी पद्धत म्हणजे 'समीपता' (Proximity). यात सुरुवातीच्या बिंदूपासून, समकेंद्रित समअंतर विभाग (Concentric equidistant zones) निश्चित केले जातील.

परिमितीच्या मापनासाठी, जाळी पद्धतीत, प्रदेशाचे निर्देशन करण्याऱ्या सर्व चौकोनाच्या सीमावर्ति बाजूंची संख्या मोजून, त्यास जाळी चौकोनांच्या वियोजनाने गुणले जाते. क्षेत्राचे मापन करण्यासाठी एकूण जाळी चौकोन व एका जाळी चौकोनाचे माहिती असलेले क्षेत्र यांचा गुणाकार केला जातो. (आ. २७)

सदिश जी. आय. एस. मधे अंतरे ही पायथागोरसचा सिद्धांत वापरून (आ.२८) मोजली जातात. परिमिती ही सर्व रेषा खंडाच्या बेरजेने तर क्षेत्रफळ हे प्रदेशात तयार होणाऱ्या त्रिकोणांच्या (१/२ पाया c उंची) या सूत्राने मिळणाऱ्या क्षेत्रांच्या बेरजेने ठरवले जाते. सदिश जी. आय. एस. मधे लांबी, परिमिती व क्षेत्र ही आकडेवारी प्रत्येक घटकासाठी गुण विशेष म्हणून नोंदवली जाते.

पृच्छा (Queries)- सांख्यिकीच्या नोंदीवर आधारित अशा वेगवेगळ्या पृच्छा करणे हा जी. आय. एस. पृथक्करणाचा आवश्यक भाग असतो.

पृच्छा ह्या जी. आय. एस. च्या सर्व पातळ्यावर परिणामकारकपणे करता येतात. एखादी नोंद चुकली असेल तर तीही पृच्छा करून सुधारता येते. उदा. एखादे गाव हे नोंदीच्या चुकीमुळे समुद्रात दाखवले गेले असेल तर तेही लक्षात येते.

दोन सामान्य प्रकारच्या पृच्छा ज्या जी. आय. एस. मधे केल्या जातात त्या अवकाशिक व अ-अवकाशिक (Aspatial) स्वरुपाच्या असतात. "एकूण किती गांवे आहेत?" किंवा "घरे किती आहेत?" अशी पृच्छा ही अ-अवकाशिक असते कारण पृच्छेमधे अवकाशिक किंवा स्थानसंबंधी घटक नसतोच. त्यामुळे त्या स्वरुपाचे कोणतेही विश्लेषण करावे लागत नाही. याउलट "३००० पेक्षा कमी वस्तीची गावे कोणती?" किंवा "अशी गावे कुठे

जाळी चौकोन जी. आय. एस. तंत्रातील मोजमापे
(MEASUREMENTS IN RASTER GIS)

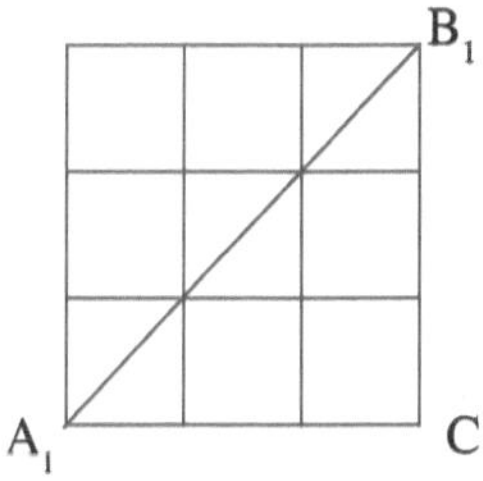

पायथागोरस अंतर

(PYTHGOREAN DISTANCE)

$$AB = \sqrt{A_1C_1^{\,2} + C_1B_1^{\,2}}$$
$$= \sqrt{3^2 + 3^2}$$
$$= 4.24 \text{ Units}$$

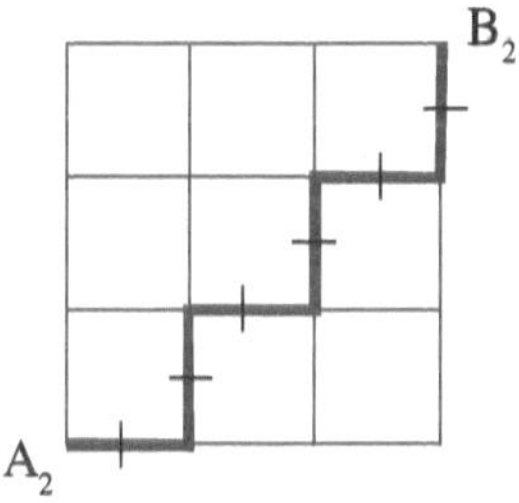

मॅनहॅटन अंतर

(MANHATTAN DISTANCE)

(B)A_2B_2 = 6 Units

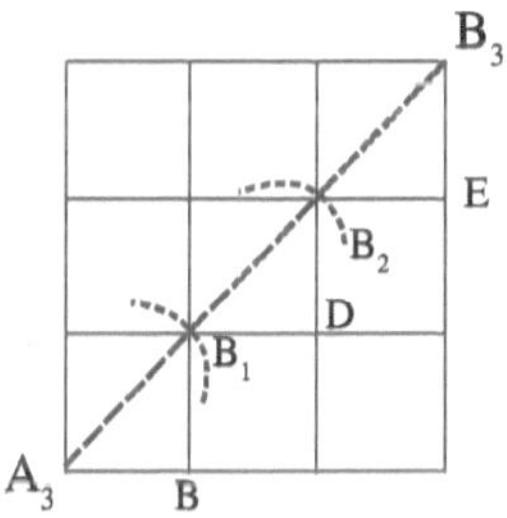

समीपता अंतर

(PROXIMITY DISTANCE)

$$A_3B_1 = \sqrt{(A_3B)^2 + (BB_1)^2}$$
$$B_1B_2 = \sqrt{(B_1D)^2 + (DB_2)^2}$$
$$B_2B_3 = \sqrt{(B_2E)^2 + \sqrt{(EB_3)^2}}$$
$$A_3B_3 = A_3B_1 + B_1B_2 + B_2B_3$$
$$= 1.4 + 1.4 + 1.4$$
$$= 4.2$$

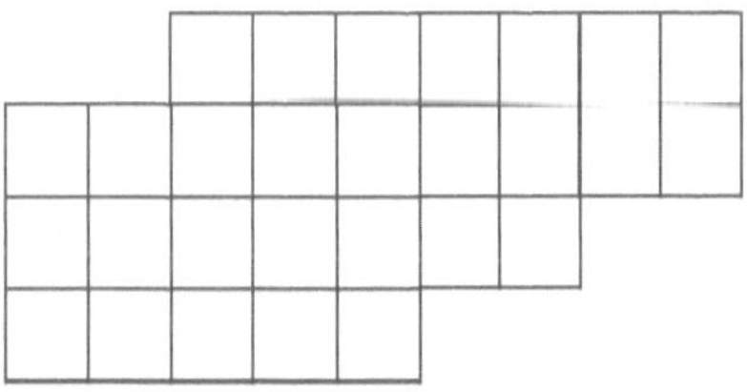

परिमिती मापन

(D) Perimeter = 26 units
Area = 28 units^2

अंतर व क्षेत्रफळ मोजमाप
(DISTANCE AND AREA MEASUREMENT)

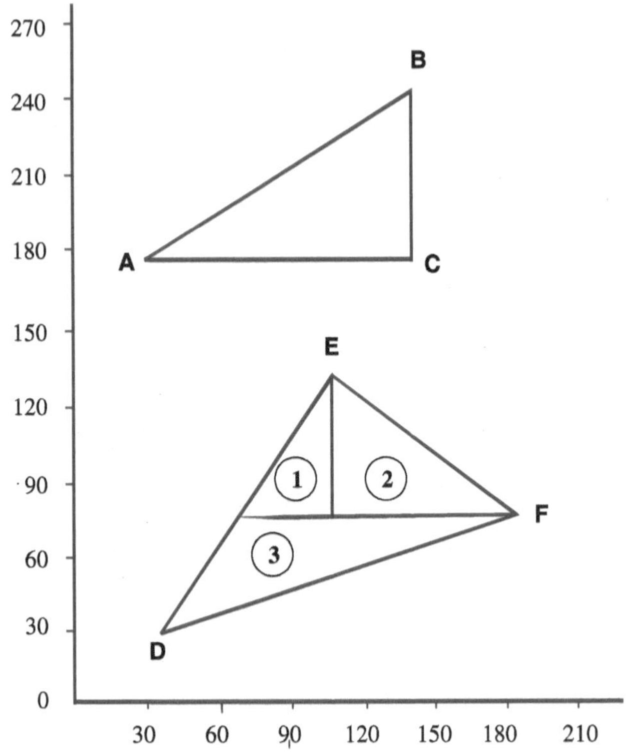

अंतर AB = $\sqrt{AC^2 + CB^2}$

त्रिकोणाचे क्षेत्रफळ :

AREA OF m DEF = AREA m 1) + AREA m 2) + AREA m 3)

आ. २८

आहेत?'' अशा चौकशीच्या उत्तराकरता अवकाशिक किंवा स्थानसंबंधी विश्लेषण आवश्यक असते.

पृच्छा शब्दात मांडणे या प्रक्रियेला जी. आय. एस. मधे एक वेगळेच महत्त्व आहे. संगणकाच्या पडद्यावर दिसणाऱ्या नकाशावर निर्देशक ठेवून (Cursor) किंवा गुणविशेष सांख्यिकी पाहून (Browsing) पृच्छा करता येते. ''या सरोवराचे नाव काय?'' ''याची खोली किती?'' असे साधे प्रश्न यात येऊ शकतात.

थोड्या क्लिष्ट स्वरुपाच्या पृच्छा नेमक्या शब्दात मांडाव्या लागतात. कारण त्यानुसार जी. आय. एस. संहितेत गणिते केली जातात व संगणकावर नकाशास्वरुपात उत्तर मिळू शकते. उदाहरणार्थ ''किनाऱ्यापासून एक किलोमीटर अंतरावर असलेली १००० ते २००० लोकसंख्या असलेली आणि भरपूर भूजल असलेली गावे कोणती?'' अशा पृच्छेचे उत्तर देण्यासाठी जी. आय. एस. संहितेत बरीच गणिते करावी लागतील. अशा क्लिष्ट पृच्छांचे निराकरण करण्यासाठी 'बुलीअन' पद्धतीचा वापर केला जातो. या पद्धतीत AND, NOT, OR आणि XOR अशा क्रिया केल्या जातात. या क्रियांचा वापर काळजीपूर्वक केला नाही तर अतिशय असंबद्ध व अतार्किक उत्तरे मिळण्याचा धोका असतो. आ. २९ मधे या क्रिया कशा स्वरुपाच्या असतात ते दाखविले आहे.

पुनर्वर्गीकरण (Reclassification)

जाळी जी. आय. एस. मधे पृच्छा करण्यासाठी पुनर्वर्गीकरण हा पर्याय वापरला जातो.

एखाद्या प्रदेशाला जाळी चौकोन जी. आय. एस. मधे जंगलव्याप्त क्षेत्र २ ह्या संकेत संख्येने, जलाशये ३, वस्त्या ४ व शेतजमीन ६ या संख्येने दाखविलेला असेल (आ.३०) व जी. आय. एस. विश्लेषकाला फक्त शेतजमिनीचा प्रदेशच पाहायचा असेल तर तो ''शेतजमिनी कुठे कुठे आहेत?'' अशी पृच्छा करील. चौकशीच्या उत्तरासाठी संकेत संख्यांचे पुनर्वर्गीकरण करावे लागते.

ज्या चौकोनाची किंमत ६ आहे त्याला नवीन किंमत १ व इतर चौकोनांना ०, अशा किंमती देऊन पुनर्वर्गीकरण केले जाईल. जी. आय. एस. संहितेत या नवीन वर्गीकरणाप्रमाणे केवळ '१' संख्या असलेला शेतजमिनीचा नकाशा तयार करून तो संगणकाच्या पडद्यावर प्रदर्शित होईल. या प्रतिमेला किंवा चित्राला 'बुलीअन प्रतिमा' असे म्हटले जाते. ही दोन अंकी संकेत प्रतिमा (0, 1, Two

पुनर्वर्गीकरण : दोन अंकी संकेत प्रतिमा
(RECLASSIFICATION : TWO CODE IMAGE)

2	3	3	3	2	2	2
4	2	3	3	3	6	6
5	4	2	6	6	6	2
5	4	6	6	6	6	2
5	5	4	6	6	2	2
5	5	5	4	6	2	2
5	5	5	4	6	2	2
5	5	5	4	6	6	2
5	5	5	5	4	6	6
5	5	5	5	4	6	6

0	0	0	0	0	0	0
0	0	0	0	0	1	1
0	0	0	1	1	1	0
0	0	1	1	1	1	0
0	0	0	1	1	0	0
0	0	0	1	1	0	0
0	0	0	0	1	0	0
0	0	0	0	1	1	0
0	0	0	0	0	1	1
0	0	0	0	0	1	1

6 -------> 1
OTHERS -------> 0

आ. ३०

code image) असते. (आ. ३०)

हीच पद्धत वापरून पण प्रत्येक विभागाचे संकेत अंक बदलून (उदा. जंगलव्याप्त क्षेत्र २ ऐवजी ४, जलाशये ३ ऐवजी ४, वस्त्या ४ ऐवजी ५ व शेतजमीन ६ ऐवजी १) पुनर्वर्गीकरणही करता येते. हे संकेत अर्थातच केवळ निर्देशक आकडे असतात. गुणविशिष्ट सांख्यिकी या प्रत्येक संकेताला जोडून आवश्यक त्या पुढच्या पृच्छा करता येतात.

मृदंग (Buffer) व समीपता (Neighbourhood) विभाग :

एखाद्या भौगोलिक घटकाच्या आजूबाजूस असलेल्या गोष्टींचा त्या घटकावर किंवा घटकांचा आजूबाजूच्या गोष्टीवर नेहमीच परिणाम होत असतो. हा

समीपतेचा परिणाम असतो आणि तो काही ठराविक अंतरापर्यंत प्रकर्षाने जाणवतो.

जी. आय. एस. मधे हा परिणाम मोजता येतो व परिणाम किती दूरपर्यंत पसरला आहे हेही ठरवता येते.

बिंदू, रेषा व क्षेत्र यांच्या सभोवती समान अंतरावर असा प्रदेश निश्चित करणे यास मृंदग प्रदेश तयार करणे (Buffering) असे म्हटले जाते.

एखाद्या पर्यटन केंद्राच्या अभ्यासात "मुख्य रस्त्यापासून अर्ध्या कि.मी. अंतरात किती व कोणती आरामगृहे किंवा हॉटेल्स आहेत?" अशा पृच्छेच्या उत्तरासाठी हे तंत्र वापरता येते. मुख्य रस्त्याच्या दोन्ही बाजूस अर्धा कि.मी. अंतराचा विभाग दर्शवून त्यातील आरामगृहे शोधता येतील. बिंदू भोवती वर्तुळाकृती तर रेषा व क्षेत्राभोवती समान अंतरावर मृदंग क्षेत्र तयार होते (आ. ३१)

प्रत्येक घटकानुसार व पृच्छेच्या स्वरूपानुसार, मृदंग प्रदेशाची रुंदी कमी जास्त करता येते. जास्त वाहतुकीच्या रस्त्याच्या बाजूस रुंद मृदंग प्रदेश तर एखाद्या लहानशा रस्त्याच्या दोन्ही बाजूस अरुंद मृदंग प्रदेश तयार केला जातो.

या तंत्राचा उपयोग अनेक समस्यांमध्ये केला जातो. किरणोत्सारी त्याज्य उत्सर्जन (radioactive waste disposal) एखाद्या ठिकाणाहून होत असेल तर त्याभोवती मृदंग प्रदेश दाखवून आजूबाजूच्या किती शेतजमिनी, वस्त्या, जलाशय यावर त्याचा परिणाम होऊ शकेल ते क्षेत्र दाखवता येते. बसच्या थांब्याभोवती मृदंग प्रदेशाची निर्मिती करून, त्या थांब्याची प्रवाशांच्या संख्येच्या संदर्भात उपयुक्तता ठरविता येते.

सदिश जी. आय. एस. मध्ये एखादीच क्रिया करून हे साधता येते. मात्र जाळी चौकोन जी. आय. एस. मध्ये, समीपता (Proximity) निर्देशांक पद्धतीने हे साध्य केले जाते.

उपग्रह प्रतिमा किंवा हवाई छायाचित्रे वापरून समीपता प्रदेशांचे निर्देशन करायचे असेल तर गाळणी (Filtering) तंत्र वापरले जाते. यात आजूबाजूच्या जाळी चौकोनांच्या किंमती बदलल्या जातात. किती चौकोनांच्या किंमती बदलायच्या ते पृथक्करणाच्या उद्देशावर अवलंबून असते. आ. ३२ मधे दाखविल्याप्रमाणे C4 या चौकोनाची मूळ किंमत २ बदलण्यासाठी त्याच्या भोवती ३ c ३ आकाराचा एक चौकोन लक्षात घेतला जाईल. त्यात चौकोनाची कमीतकमी किंमत १ अशी आहे व जास्तीत जास्त ३ आहे. म्हणजे सरासरी किंमत

गाळणी प्रतिमा
(FILTERING)

6	3	3	2	1	2	3
5	3	3	2	1	1	2
4	3	2	2	2	1	1
3	2	2	2	1	1	1
2	1	2	1	1	1	1
1	1	1	1	0	0	0
	a	b	c	d	e	f

Filter value for cell c4

Minimum filter in window	c4 = 1
Miximum filter in window	c4 = 3
Mean filter	c4 = 1.89
Modal filter	c4 = 2
Diversity filter	c4 = 3

जाळी चौकोनासाठी गाळणीमूल्य

किमान गाळणीमूल्य	c4 = 1
कमाल गाळणीमूल्य	c4 = 3
सरासरी मूल्य	c4 = 1.89
बहुलक मूल्य	c4 = 2
वैविध्य मूल्य	c4 = 3

आ. ३२

ही १.८९ आहे. (सगळ्या चौकोनांची किंमतीची बेरीज भागिले एकूण चौकोन म्हणजे १७/९ = १.८९. याला सरासरी गाळणी क्रमांक (Mean) म्हटले जाते. याच बरोबर या ३ c ३ चौकोनातील बहुलक (Mode) किंमत २ आहे. तीही गाळणी किंमत म्हणून वापरता येते.

विशिष्ट विषयस्तरांचे अध्यारोपण (Thematic map overlays) :

एकाच प्रदेशातील विविध विषयांचे निर्देशन करणारे स्तर एकमेकावर अध्यारोपित करून त्याचे अनेक किंवा एक नकाशा तयार करणे हे जी.आय.एस. मधले महत्त्वाचे असे पृथक्करण तंत्र आहे. एखाद्या काचेच्या प्रकाशित टेबलावर, ट-सिंग कागदावर काढलेले विविध नकाशे एकमेकावर ठेवून पाहण्यासारखे हे तंत्र आहे. क्लिष्ट स्वरूपाच्या भूदृष्य रचनेत मॅकहॉर्ग यांनी १९६९ मध्ये हे तंत्र सर्वप्रथम वापरले.

यात विविध थर एकमेकावर अध्यारोपित करून त्या संदर्भात विविध गोष्टींचे पृथक्करण केले जाते. 'रस्ते' हा थर घेऊन त्यावर 'घरे' हा थर अध्यारोपित केला तर या दोनच गोष्टींसंदर्भात पृथक्करण करणे सोपे जाते. भूस्खलन किंवा दरड कोसळणे या सारख्या क्लिष्ट प्रक्रियेत प्रदेशाच्या उंचीदर्शक नकाशावर, दरड कोसळली आहे ती ठिकाणे, जंगले, रस्ते इत्यादी अनेक थर एकमेकांवर अध्यारोपित करून अर्थपूर्ण विश्लेषण केले जाते.

या तंत्राचा महत्त्वाचा गुण म्हणजे जाळी सांख्यिकीवर सदिश सांख्यिकीचे अध्यारोपणही करता येते. स्वतंत्रपणे, सदिश सांख्यिकीचेही अध्यारोपण करता येते मात्र ही क्रिया अधिक वेळ घेणारी, क्लिष्ट व अधिक गणिती आहे. याउलट केवळ जाळी चौकोन सांख्यिकिचे अध्यारोपण तुलनेने जलद व परिणामकारक असते.

सदिश अध्यारोपण (Vector Overlays) :

सदिश अध्यारोपणाचे तंत्र, भूमिती व स्थलविज्ञान (Geometry and Topology) या दोन एकमेकाशी निगडित शाखांवर प्रामुख्याने अवलंबून असते. स्थलवैज्ञानिक दृष्ट्या, बहुभूजाकृती, बिंदू, जोड हे बिनचूक असावे लागतात. दोन सदिश सांख्यिकी थरांच्या अध्यारोपणातून जो नवा थर निर्माण होतो, त्याची नवीन अध्यारोपणानंतरची स्थलाकृती तयार होण्यासाठी, मूळच्या थरात अचूकपणा असावा लागतो. जेव्हा दोन पेक्षा जास्त सदिश थर एकमेकावर

अध्यारोपित करायचे असतात तेव्हा तर ह्या प्रक्रियेची क्लिष्टता आणखीनच वाढते.

सदिश अध्यारोपणाचे मुख्य तीन प्रकार आहेत.

१) बहुभूजाकृतित बिंदूचे अध्यारोपण (Point in Polygon)

२) बहुभूजाकृतित रेषाखंडांचे अध्यारोपण (Line in Polygon)

३) बहुभूजाकृतित बहुभूजाकृतिचे अध्यारोपण (Polygon in Polygon)

जेवढे थर जास्त तेवढी अध्यारोपणाची प्रक्रिया जास्त क्लिष्ट बनत जाते.

बहुभूजाकृतित बिंदूचे अध्यारोपण

एखाद्या शेत जमिनीच्या तुकड्यात विहिरी दाखवायच्या असतील तर शेतजमीन व विहिरी हे दोन थर अध्यारोपित केले जातील. मूळ भूप्रदेशातील, निवडलेल्या शेतजमिनीत जेवढे विहीर दर्शक बिंदू येतील त्यांचे सदिश सांख्यिकी मार्फत नवीन थरात रुपांतर केले जाते. मात्र बिंदू, बहुजभूजाकृतिच्या सीमेवरच येत असतील तर, ते बिंदू बहुभूजाकृतित समाविष्ट करायचे की बाहेर ठेवायचे याचा निर्णय जी. आय. एस.' विश्लेषकाला घ्यावा लागतो. त्यावेळी तो बिंदू, निर्णयानुसार बहुभूजाकृतिच्या आत किंवा बाहेर सरकवणे इष्ट ठरते. (आ. ३३अ)

बहुभूजाकृतित रेषाखंडाचे अध्यारोपण - ही प्रक्रिया जास्त क्लिष्ट असते.एखादे जंगल व त्यातील रस्ते यांचे अधूयारोपण करताना जंगलदर्शक बहुभूजाकृतीला, रस्तादर्शक रेषा कुठे कुठे तोडत आहे ते लक्षात घेऊन नवीन थर तयार केला जातो. या थरांत जंगल क्षेत्रातील रस्ते व त्याच्या बाहेरील रस्ते दाखविले जाता. (आ. ३३ ब)

बहुभूजाकृतित बहुभूजाकृतिचे अध्यारोपण - ही प्रकियाही क्लिष्ट स्वरूपाची असते. यात दोन क्षेत्रे एकमेकात समाविष्ट झालेला किंवा संधी विभाग (Union), एकमेकाना छेदणारा विभाग (intersection) व पुसलेला भाग (Erase) असे थर तयार होतात (आ. ३३ क). या प्रत्येक थराचा नवीन सदिश स्तर बनवला जातो.

अध्यारोपण प्रक्रिया या एकलन (isolation) स्वरुपात क्वचितच वापरल्या जातात. एकापेक्षा अधिक थरांच्या संदर्भात पृच्छा करूनच अध्यारोपण प्रक्रिया केली जाते.

सदिश अध्यारोपणाची एक महत्त्वाची समस्या म्हणजे, स्लीव्हर बहुभूजा-

सदिश अध्यारोपणाचे प्रकार
(VECTOR OVERLAYS)

गुणविशिष्ट माहिती
(Attribute Data)

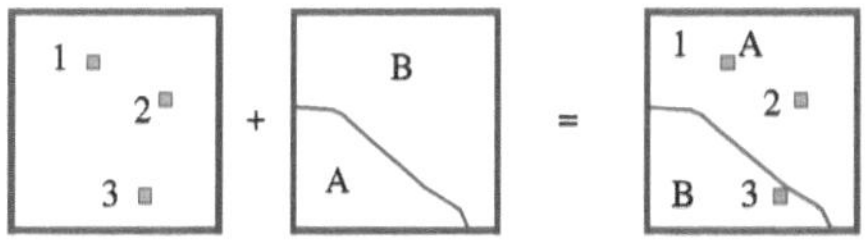

अ) बहुभूजाकृतीत बिंदू

1,2,3	विहीर
A	शेतजमीन
B	जंगल
1, 2, A	शेतजमिनीतील विहीरी
3 B	जंगलातील विहीर

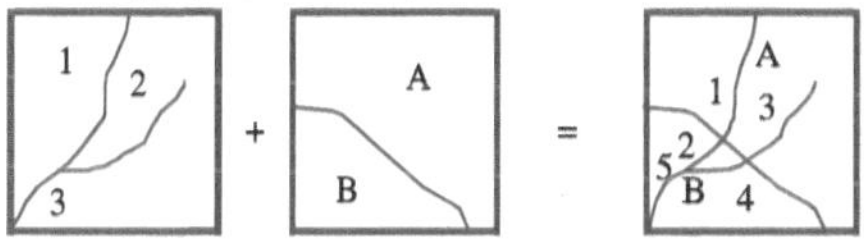

ब) बहुभूजाकृतीत रेषाखंड

1	1	शेतातील नदी
1	2	जंगलातील नदी
2	3	शेतातील नदी
2	4	जंगलातील नदी
3	5	जंगलातील नदी

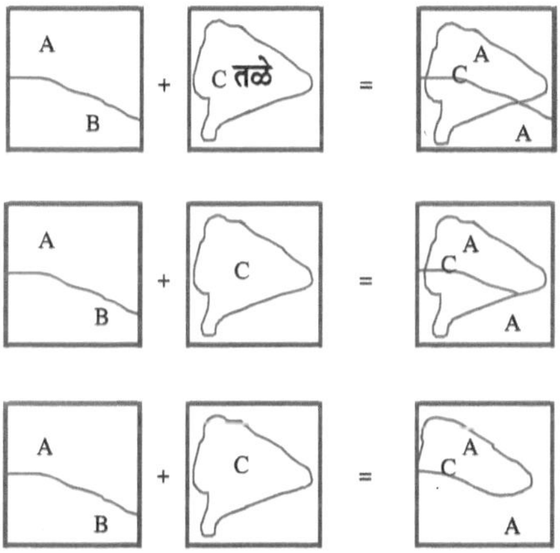

OR (UNION)
संधी विभाग

NOT (ERASE)
वगळलेला भाग

AND (INTERSECTION)
छेदणारा विभाग

क) बहुभूजाकृतीत बहुभूजाकृती

आ. ३३

कृतिची निर्मिती. मूळच्या बहुभूजाकृतिवर अध्यारोपित बहुभूजाकृतिची स्वतंत्रपणे अंकीय नोंद झाल्यावर, नोंद प्रक्रियेतील लहानशा चुकीनेही दोन्ही बहुभूजाकृतिच्या सीमा एकमेकांशी जुळत नाहीत. त्यामुळे लंबाट, अरुंद, लहान अशा बहुभूजाकृति सीमेवर तयार होतात. यांना स्लीव्हर (Sliver) बहुभूजांकृती म्हटले जाते. बऱ्याच जी. आय. एस. संहितांमध्ये ही त्रुटी काढण्याची स्वयंचलित सोय असते.

जाळी चौकोन अध्यारोपण (Raster overlay)

जाळी चौकोन संरचनेत प्रत्येक गोष्ट जाळीतील प्रत्येक चौकोनात दाखविलेली असते. बिंदू एका चौकोनाने, रेषा, चौकोनांच्या साखळीने तर क्षेत्र चौकोनांच्या गटाने दाखविलेले असते. त्यामुळे यात वापरलेली अध्यारोपणाची पद्धत सदिश अध्यारोपणापेक्षा खूपच वेगळी असते.

नकाशाचे बीजगणितीय रूप वापरून (Map Algebra), प्रत्येक थर वेगळा करून, नंतर थरांचे अध्यारोपण केले जाते, म्हणजेच प्रत्येक थरातील जाळी चौकोनाच्या किंमतीची बेरीज, वजाबाकी, गुणाकार, भागाकार करून, नवीन थर मिळतात. त्यामुळेच या पद्धतीत प्रत्येक बिंदू, रेषा व क्षेत्र यांना नेमके संकेत देणे (उदा. १, २, ३, ४) आवश्यक असते.

आ. ३४ (अ) मधे दाखविल्याप्रमाणे एखाद्या जंगलातील वस्त्यांचे निर्देशन हे बहुभूजाकृतित बिंदू या स्वरूपाचे जाळी अध्यारोपणात असे दिसेल. वस्त्या दर्शक जाळीत वस्ती आहे. त्या चौकोनात '१' नाही तिथे '०' असे संकेत लिहिले जातील. जंगलदर्शक भाग जिथे आहे तिथे १० व नाही तिथे '०' असे संकेत वापरले जातील. या दोन्ही थरांच्या अध्यारोपणातून जे चित्र मिळेल त्यात '०' संकेताचे चौकोन वस्ती किंवा जंगल नाही असे निर्देशन करतील, तर १ संकेत वस्ती आहे, १० संकेत केवळ जंगल व ११ संकेत जंगलातील वस्ती असे निर्देशन करतील.

आ. ३४ ब मध्ये शेतातून जाणारा रस्ता व आ ३४ क मधे आश्रम व शेतजमीन यांचे अध्यारोपण दर्शविले आहे. आ. ३४ ब हे बहुभूजाकृतित रेषा वा आ. ३४ क हे बहुभूजाकृतित बहुभूजाकृतिचे अध्यारोपण यांचे उदाहरण आहे. 'बुलीअन' स्वरूपाच्या क्रियांचे उदाहरण आ. ३४ ड मधे दाखविले आहे.

संकेताच्या पुनर्वर्गीकरणाने आणखी विविध प्रकारचे अध्यारोपित नकाशे मिळविणेही शक्य होते. जाळी अध्यारोपण प्रक्रियेत जाळीचा आकार हा नेहमीच

जाळी चौकोन अध्यारोपण

(RASTER OVERLAYS)

1	0	0		10	10	10		11	10	10
0	0	1	+	10	10	0	=	10	10	1
0	0	0		0	0	0		0	0	0

जंगल/वस्ती नाही = ०
वस्ती-जंगल नाही = १
जंगल-वस्ती नाही = १०
जंगल व वस्ती

अ

वस्ती = १ इतर = ०

जंगल = १० इतर = ०

2	0	0		0	5	5		2	5	5
0	2	0	+	0	0	0	=	0	2	0
0	0	2		5	5	5		5	5	7

शेत/रस्ता नाही = ०
रस्ता-शेतात नाही = २
शेत-रस्ता नाही = ५
शेतात रस्ता - ७

ब

रस्ता = २ इतर = ०

शेत = ५ इतर = ०

0	5	5		10	10	10		10	15	15
0	0	0	+	10	10	0	=	10	10	0
5	5	5		0	0	0		5	5	5

शेत-आश्रम नाही = ०
शेत-आश्रमात नाही = ५
आश्रम-शेत नाही = १०
शेतात आश्रम = १५

क

शेत = ५ इतर = ०

आश्रम= १० इतर = ०

0	1	1		1	1	1		1	2	2
0	0	0	+	1	1	0	=	1	1	0
1	1	1		0	0	0		1	1	1

जंगल / आश्रम नाही = ०
जंगल किंवा आश्रम = १
जंगल व आश्रम = २

0	1	1		1	1	1		0	1	1
0	0	0	+	1	1	0	=	0	0	0
1	1	1		0	0	0		0	0	0

जंगल व आश्रम = १
इतर = ०

ड

जंगल= १ इतर = ०

आश्रम = १ इतर = ०

आ. ३४

महत्त्वाचा ठरतो. उपग्रह प्रतिमा प्रतिमांच्या वियोजनाचा विचार करूनच अध्यारोपण करणे याकरताच आवश्यक ठरते. दुसरी महत्त्वाची गोष्ट म्हणजे, ज्या संकेतात तार्किक दृष्ट्या बेरीज, वजाबाकी यासारख्या क्रिया होऊ शकतात, केवळ तिथेच असे अध्यारोपण करणे संयुक्तिक ठरते. म्हणजे एखाद्या चौकोनाला २०० मि.मी. पर्जन्यदर्शक संकेत ४ दिला असेल व दुसऱ्या नकाशात त्या चौकोनात भूमिउपयोजन प्रकार १ दिला असेल तर दोघांच्या वजाबाकीतून '३' हा मिळणारा संकेत केवळ निरर्थक असाच असेल, हे लक्षात घेणे गरजेचे आहे.

जाळी चौकोन किंवा सदिश अध्यारोपण या दोन्ही पद्धतीत, जेव्हा दोन क्लिष्ट, अंकीय नोंद केलेले नकाशे अध्यारोपित केले जातात तेव्हा अध्यारोपण झालेला नकाशा अधिक क्लिष्ट असतो.

अवकाशिक आंतर्वेशन (Spatial interpolation) :

उपलब्ध निरीक्षणमूल्यांच्या आधारे आजूबाजूच्या इतर ठिकाणांच्या मूल्यांचे अनुमान करणे यास अवकाशिक आंतर्वेशन असे म्हणतात. हवाई छायाचित्रे व उपग्रह प्रतिमा यावर प्रत्येक ठिकाणचे मूल्य (उदाहरणार्थ त्या प्रदेशावरून परावर्तित झालेल्या सौरप्रारणाचे प्रमाण) मिळू शकते. पण या व्यतिरिक्त इतर सांख्यिकी स्त्रोतांत, सांख्यिकी ही स्तरित (Stratified) किंवा तुकड्या तुकड्यात (Patchy) किंवा यादृच्छिक (Random) स्वरूपात असते. जी. आय. एस. मधे आंतर्वेशन पद्धतीने अशा सांख्यिकीतील अंतर, त्रुटी (Gaps) कमी केल्या जातात. आंतर्वेशन पद्धतीने मिळालेली अनुमानित (Estimated) मूल्ये ही अनुमाने असल्यामुळे ह्यामध्ये थोडीफार चूक किंवा अनिश्चितता (Uncertainty) राहू शकते. जी. आय. एस. विश्लेषकाला त्यामुळेच आंतर्वेशनाच्या अनेक उपलब्ध पद्धतींपैकी योग्य तीच पद्धत निवडावी लागते.

आंतर्वेशन करताना ते स्थानिक किंवा जागतिक पातळीवर करता येते. मूळची निरीक्षण मूल्ये अचूक असतील तर त्यावर आधारीत आंतर्वेशनही अचूक होते. ज्या प्रदेशासाठी आंतर्वेशन करायचे असेल त्याची विश्लेषकाला योग्य माहिती असेल तर अपेक्षेनुसार, निर्धार्य (Deterministic) आंतर्वेशन करता येते.

जी. आय. एस. मधे सामान्यपणे पुढील ३ पद्धती आंतर्वेशनासाठी वापरल्या जातात.

थायसेन बहुभूजाकृति (Thiessen Polygons) :

यांना वोरोनाई बहुभूजाकृती (Voronoi) असेही म्हटले जाते. ही आंतर्वेशनाची अचूक पद्धत असून, अज्ञात बिंदूंची मूल्ये त्यांच्या जवळपासच्या ज्ञान बिंदूंच्या मूल्यांच्या जवळपास असतात. या संकल्पनेवर ती आधारित आहे. हे स्थानिक स्वरूपाचे आंतर्वेशन असते. ही पद्धत खंडित (Abrupt) स्वरूपाची पद्धत म्हणून ओळखली जाते कारण आंतर्वेशनातून निर्माण होणाऱ्या बहुभूजाकृतिच्या सीमा टोकदार (Sharp) असतात.

जवळजवळचे दोन बिंदू जोडून व जोडणाऱ्या रेघेतून सम विभाजक लंब (Perpendicular bisector) काढून व त्याआधारे बहुभूजाकृतिच्या कडांची (Edges) जोडणी करून, थायसेन बहुभूजाकृति तयार केल्या जातात. ज्ञान बिंदू नियमित स्वरूपात पसरलेले असतील तर चौकोनी बहुभूजाकृतिची नियमित जाळी तयार होते नाहीतर अनियमितपणे पसरलेले बहुभूजाकृतिचे पृष्ठ (Surfaces) तयार होतात (आ. ३५)

थायसन बहुभूजाकृतिमुळे काही बिंदूंच्या गटाच्या आसपास प्रादेशिक क्षेत्र तयार होते आणि म्हणूनच त्यांची उपयुक्तता वाढते. हवामानाची नोंद करणारी, नदीखोऱ्यातील काही ठिकाणे घेऊन ह्यावर आधारित थायसन बहुभूजाकृती ही नदीखोऱ्याच्या प्रदेशात, हवामान नोंददर्शक प्रदेशाची निर्मिती करते. थायसन बहुभूजाकृति, उंचीदर्शक बिंदूच्या भोवती तयार करता येत असल्या तरी त्यामुळे निर्माण होणारे क्षेत्र सयुक्तिक (Appropriate) असत नाही.

त्रिकोणीय अनियमित जाळी (TIN : Triangulated irregular network)

अनियमितपणे पसरलेल्या बिंदूच्या आधारे पृष्ठ किंवा प्रदेश तयार करण्याची ही एक उत्तम पद्धत आहे. अंकीय भूदृष्य प्रतिमाने (DTM - Digital terrain models) तयार करण्यासाठी अनेकवेळा ही पद्धत वापरली जाते. ज्ञात व उपलब्ध बिंदूच्या आधारे स्थानिक पद्धतीचे असे हे आंतरर्वेशन असते. यात जवळजवळचे सर्व बिंदू जोडून, अनियमित त्रिकोणांची एक जाळीच बनवली जाते. (आ. २१) त्रिकोणाच्या बिंदूची मूल्ये व त्यातील अंतर याच्या साहाय्याने रेखीय सूत्र (Linear equation) आणि त्रिकोणामिती (Trigonometry) निश्चित करून त्यावरून TIN च्या सीमारेषेवरील बिंदूंची अनुमानित मूल्ये काढली जातात.

अवकाशिक फिरती सरासरी (Spatial Moving Averages) :

ही जी. आय. एस.मधे नेहमी वापरली जाणारी आंतर्वेशन पद्धत आहे. यात, आजूबाजूच्या बिंदूंच्या मूल्यांची कक्षा (Range) लक्षात घेऊन, अज्ञात बिंदूंचे मूल्य ठरविले जाते. ही पद्धत म्हणजे, निकटतम बिंदू आंतर्वेशनाचा (Approximate point interpolation) प्रकार आहे.

जिथे बिंदूंचे मूल्य अचूकपणे माहित नसते किंवा माहिती घेताना चुका होण्याची शक्यता असते, पण तरीही ते सार्वत्रिक माहितीचे प्रतिनिधित्व करतात तेव्हा ही आंतर्वेशन पद्धत वापरली जाते. जनगणना सांख्यिकी हे याचे उत्तम उदाहरण आहे.

या तीनही प्रकारापैकी TIN पद्धतीत आंतर्वेशन अधिक योग्य पद्धतीने होते. कमी सखलपणाच्या प्रदेशासाठी तीनही पद्धती चांगले आंतर्वेशन करतात पण जास्त उंचीच्या प्रदेशात मात्र आंतर्वेशनात थोडी चूक राहते.

समतल पृष्ठांचे पृथक्करण (Analysis of Surfaces)

आंतर्वेशन पद्धतीचा आणखी एक उपयोग म्हणजे त्यात त्रिकोण बिंदूंच्या दरम्यान समतल पृष्ठे तयार होतात.

जी. आय. एस.मधे त्रिमत पृष्ठे तयार करणाऱ्या संहिता तुलनेने कमीच आहेत. शिवाय जी. आय. एस.मधे मिळणाऱ्या त्रिमित प्रतिकृती हे केवळ त्रिमित पृष्ठच असते. पृष्ठभागाखालील किंवा त्याच्या वरील माहितीचे निर्देशन त्यात होत नाही. त्यामुळे भूगर्भातील सांख्यिकी किंवा वातावरणातील सांख्यिकी त्रिमित पृष्ठाखाली किंवा वर दाखविणे शक्य नसेत.

असे असूनही जी. आय. एस.मधे अनेक प्रकारे पृष्ठ विश्लेषण करण्याचे मार्ग उपलब्ध आहेत. यात उतार, रूप (Aspect), दृष्यता (Visibility) पासून आच्छादन (Draping) पर्यतं विविध प्रक्रियांचा समावेश होतो.

आच्छादन प्रक्रियेत, पृष्ठनिर्मिती झाल्यावर, दुसऱ्या एखाद्या विश्लेषणाचे परिणाम त्यावर कापडासारखे ओढून आच्छादित केले जातात. सादीश सांख्यिकीचे चित्र, त्रिमित पृष्ठावर ओढून जी आच्छादन क्रिया होते त्यामुळे प्रदेशाचे दृष्य वाचन अधिक परिणामकारक होते.

उतार व रूप - प्रदेशातील विविध भूरूपांचा उतार अंशात किंवा प्रतिशत (Percentage) स्वरूपात व्यक्त केला जातो. प्रदेशातील भूरुपे, उत्तर दिशेच्या

दृष्यता पृथक्करण
(VISIBILITY ANALYSIS)

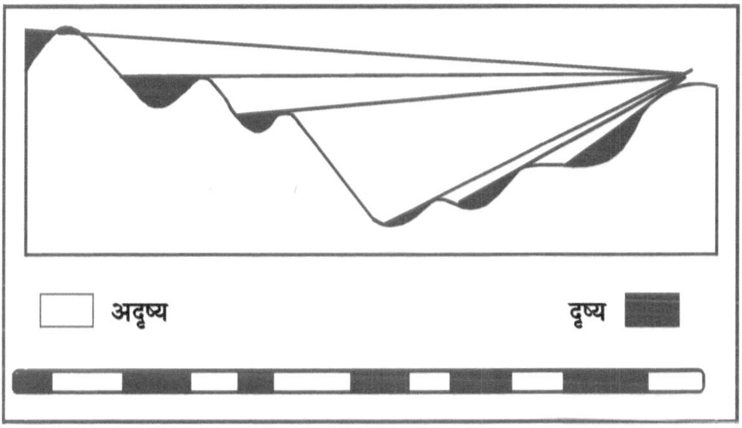

आ. ३६

संदर्भात, ज्या दिशेत अभिमुख आहेत ती दिशा अंशात्मक स्वरुपात सांगणे म्हणजे प्रदेशाचे रूप (Aspect). जाळी चौकोन जी. आय. एस.मधे, उतार व रूप, गवाक्षाच्या ३x३ आकाराचे एक गवाक्ष (Window) सांख्यिकीवर आरोपित करून, ठरविले जातात. मध्यभागी सगळ्यात योग्य पद्धतीने कललेल्या पातळीची कल्पना करून (Best fit tilted plane) व Z = a+bx+cy अशा सूत्रातील a, b, c या स्थिरांकांचे गणित करून X, Y या सहसंदर्भाच्या साहाय्याने Z ही गवाक्षाच्या मध्याची उंची शोधली जाते. त्यानंतर उतार,

$S = b^2 + c^2$ व रूप,

$A = \tan^{-1}\left(\frac{c}{b}\right)$ या सूत्रांनी शोधले जाते.

सदिश जी. आय. एस.मध्ये त्रिकोणीय अनियमित जाळी (TIN) चा वापर करून उतार व रूप गणितीय पद्धतीने ठरविले जाते. प्रगत स्वरूपाच्या संहितेत रूप व उतार याबरोबरच उतारातील बदलाचा दर (rate of change of slope), बहिर्वक्रत्व (convexity) किंवा बाक (curvature) ह्या गोष्टीही ठरविण्याची सोय असते.

दृष्यता पृथक्करण (Visibility Analysis) :

त्रिमित प्रतिकृतीच्या किंवा त्रिमित पृष्ठाच्या निर्मितीनंतर त्यावरील एखाद्या बिंदूपासून आजूबाजूच्या भागाची दृष्यता ठरवणे हे जी. आय. एस. संहितेचे महत्त्वाचे कार्य असते. एखाद्या उच्चतम बिंदूपासून किती दूर पर्यंतचा प्रदेश दिसू शकेल, त्या भागात कुठे कुठे रेडिओ ट-ान्समीटर्स बसवता येतील किंवा महत्त्वाच्या इमारती कुठे कुठे आहेत यासारख्या अनेक गोष्टीत तसेच लष्करी हालचालींच्या संदर्भात एखाद्या बिंदूभोवती दिसणारे क्षेत्र कसे आहे यासारख्या गोष्टीत दृष्यता पृथक्करणाचा चांगला उपयोग होतो.

यात, निरीक्षकाचे (observer) स्थान इतर सर्व स्थानांच्या दिशेने सरळ रेषांनी जोडले जाते आणि पुन्हा हे स्थान सर्व स्थानांकडून पाहिले जाते. उंच स्थानांच्या मागे असलेला कमी उंचीचा प्रदेश अर्थातच दिसणार नाही. निरीक्षकाचे स्थान बदलून दृष्यता दर्शक नकाशा बनविला जातो (आ. ३६). जाळी चौकोन जी. आय. एस. व सदिश जी. आय. एस. या दोन्ही प्रकारात एकाच पद्धतीने दृष्टता पृथक्करण केले जाते. मिळणारा नकाशा हा बुलीअन बहुभूजाकृति नकाशा असतो.

हा नकाशा, प्रदेशाच्या अंकीय प्रतिकृतीवर कापडासारखा ताणून आच्छादित (Drap) केला तर त्याची वर्णनक्षमता एकदम वाढते. प्रगत स्वरूपाच्या जी. आय. एस. संहितेत, निरीक्षण ठिकाणाची उंची, विश्लेषकाने देऊन, त्यानुसार दृष्यता नकाशे तयार करण्याची सोय असते तर काही मधे, इमारती, झाडे यासारख्या दृष्यतेत अडथळा आणणाऱ्या गोष्टींचा समावेश करण्याची सोय असते. काही संहितामध्ये तर तयार झालेल्या प्रतिकृतीतून चालताना किंवा त्यावरून उडताना वेगवेगळ्या ठिकाणाहून दृष्य कसे दिसेल ते दर्शविण्याचीही सोय असते.

जाळी रचनांचे पृथक्करण (Network Analysis) :

ज्यातून वाहतूक किंवा वहन अभिप्रेत आहे अशा रेषाखंडांच्या आंतरजोडणीस जाळी रचना (Network) म्हटले जाते. नद्या उपनद्यांची जोडणी, रस्त्यांचे जाळे, केबल्स, कालवे, पाइपलाइन्स यांच्या जाळी रचनांचे पृथक्करणही जी. आय. एस. मधे केले जाते.

सदिश जी. आय. एस.मध्ये जाळीरचना कशा तयार केल्या जातात ते यापूर्वीच आपण पाहिले आहे. या रचनांचे पृथक्करण करण्यासाठी मुख्यत: लघुत्तम

मार्ग (Shortest Path), फिरत्या विक्रेत्याच्या समस्या (Travelling Salesperson problem) वाटप (Allocation) प्रतिकृती आणि मार्गशोधन (Route tracing) अशा प्रक्रिया केल्या जातात.

लघुत्तम मार्ग (Shortest Path)

जाळी चौकोन जी. आय. एस.मध्ये, दोन बिंदूतील लघुत्तम अंतर हे समीपता (Proximity) पृथक्करणाने काढले जाते. वाहतुकीला अडथळा आणणाऱ्या सर्व विघ्नांना काही मूल्ये देऊन ती प्रत्येक चौकोनात अंक स्वरूपात दाखविली जातात. त्यातून जाणारा कमीतकमी मूल्ये जोडणारा मार्ग लघुत्तम मागे असेल. सदिश जी. आय. एस.मध्ये हे अधिक अचूकपणे केले जाते. वाहतुकीची कोंडी होणारे रेषाखंड, गुणविशेष सांख्यिकीने पटकन वेगळे केले जातात व सदिश पद्धतीने, एखाद्या दाट लोकवस्तीच्या भागात, लवकरात लवकर पोचण्यासाठी रुग्णवाहिका अथवा आगीचा बंब कोणत्या मार्गाने न्यावा ते लगेच दर्शविले जाते.

या प्रक्रियेत जी. आय. एस. संहितेत, वस्त्यांची सर्व जोडणी, वळणे लक्षात घेतली जातात. एका बिंदूपासून दुसऱ्या बिंदूपर्यंत जाण्याचे सर्व संभाव्य मार्ग शोधले जातात व अखेरीस लघुत्तम मार्ग संगणकाच्या पडद्यावर प्रदर्शित केला जातो. (आ. ३९)

फिरत्या विक्रेत्याची समस्या (Travelling Salesperson Problem)

हे जाळीरचना पृथक्करणाचे नित्याचे उपयोजन आहे. प्रक्रियेचे नाव जरी फिरत्या विक्रेत्याशी संबंधित असले तरी विक्रेत्याबरोबरच, कचरा गोळा करणारी वाहने, फिरती रुग्णालये किंवा फिरते डाकघर या व अशा हालचालींसाठी हा प्रकार वापरला जातो.

''कोणत्या क्रमाने, ठिकाणांना भेटी द्याव्यात किंवा कोणत्या क्रमाने थांबे असावेत.'' असा यात सर्वसाधारण प्रश्न असतो. त्यासाठी क्लिष्ट गणिते करावी लागतील. १० ठिकाणी जायचे असेल तर ९! (Factorial nine) इतक्या पद्धतीने ते साध्य होईल. म्हणजेच त्यासाठी ३६२,८८० इतक्या प्रकारे ते करता येईल यात, मार्गावरील अडचणी, वेळ यांचा विचार समाविष्ट केला तर क्लिष्टपणा आणखीनच वाढेल. जी. आय. एस. संहितेत ही सर्व क्लिष्ट गणिते करून जाळी रचनेचे प्रश्नानुरूप पृथक्करण केले जाते.

स्थान वाटप प्रतिकृती (Location allocation model) :

मागणीचा विचार करून पुरवठा करण्यासाठी उपलब्ध जाळी रचनेचा विचार महत्त्वाचा असतो. माणसांची व मालाची वाहतूक करण्यासाठी सेवा सुविधा (Services) व माहिती (information) पुरवण्यासाठी उपलब्ध मार्ग पाहूनच परिणामकारकपणे हे साध्य करता येते.

मागणी प्रमाणे वाटणी करण्याच्या या पद्धतीत जवळचे मार्ग शोधून आवश्यकतेनुसार वाटणीचे वितरण दाखविले जाते. एखाद्या ठिकाणाहून त्या संदर्भात किती विस्तृत क्षेत्रात सेवा पोचवता येईल हेही ठरवता येते.

एखाद्या प्रदेशात औषध दुकानांची मागणी, त्यामुळे ज्या क्षेत्रास फायदा होऊ शकेल तो प्रदेश, औषध पुरवठा मागणीप्रमाणे करण्यासाठी कमी अडथळ्याचे बाजारपेठेपासून जवळचे मार्ग, इत्यादीसाठी स्थान वाटप हा प्रकार जी. आय. एस.मध्ये वापरता येतो. (आ. ३८)

मार्गशोधन (Route Tracing)

मार्गावरून प्रवास करणाऱ्या प्रवाशांची संख्या त्यावरून पुरविल्या जाणाऱ्या विविध सेवा, त्यांची संख्या किंवा विविध मार्गावरून 'माहिती'चे होणारे आदानप्रदान व त्याचे प्रमाण हे सुद्धा जी. आय. एस.मध्ये जाळी रचनांच्या पृथक्करणाने करता येते. वरीलपैकी प्रत्येक गोष्टीची वाहतूक जिथे एकाच दिशेने ठरवायची आहे तिथे मुख्यत्वे एकदिशा (Unidirectional) मार्ग शोधन ही पद्धत वापरली जाते. (टीव्हीची केबल, सांडपाण्याचे मार्ग, नद्यांचे मार्ग किंवा प्रवाह) नदीतून वाहणाऱ्या पाण्याचे प्रमाण लक्षात घेऊन त्यातून वाहणारे प्रदूषक, त्यांचे वाढते प्रमाण वगैरे गोष्टीही ठरवता येतात.

जी. आय. एस.मध्ये होणारे पृथक्करण विशेषत: सांख्यिकी स्वरूपाचे अवकाशिक पृथक्करण असते. उपलब्ध सांख्यिकीतून किंवा अंकीय सांख्यिकी वापरून अर्थपूर्ण असे आकृतिबंध ओळखणे, वर्गीकरण, पुनर्वर्गीकरण करणे, वितरण ओळखणे, एखादी संकल्पना मांडण्यासाठी सांख्यिकीतून अर्थपूर्ण असे निष्कर्ष काढणे इत्यादी गोष्टीसाठी जी. आय. एस.चा खूपच चांगला उपयोग होतो. वारंवारिता स्तंभाकृती (Frequency Histograms), सहसंबंध व समाश्रयण (Correlation and regression) पुंज पृथक्करण (Cluster Analysis), विकीर्णालेख (Scattergram), प्रवृत्तिदर्शक पृष्ठ पृथक्करण (Trend surface Analysis) ही तंत्रे त्यासाठी वारंवार वापरली जातात.

□□

प्रकरण ७

जी. आय. एस. मधील विश्लेषणात्मक प्रतिकृती

(GIS And Analytical Models)

अवकाशिक प्रणालींचे क्लिष्ट स्वरूप समजण्यासाठी त्यातील प्रक्रियांचे प्रतिमान किंवा त्यांची प्रतिकृती तयार करणे महत्त्वाचे असते. याचे साधे उदाहरण म्हणजे, शहरात घर शोधायचे असेल, तर आपल्या सर्व अटी, गरजा, आर्थिक स्थिती असे अनेक घटक लक्षात घेऊन, जी. आय. एस.च्या सहाय्याने शहरातील घरे या विषयाचे एक प्रतिमान तयार करणे गरजेचे होईल. त्याच्या विश्लेषणातून शेवटी घर कुठे घ्यायचे त्याचा निर्णय घेता येईल. आम्ल पर्जन्याचा जंगल व्याप्त प्रदेशावर होणारा परिणाम व यामुळे काही प्राण्यांचे होणारे स्थलांतर किंवा त्यांनी केलेले निवासी क्षेत्रातील बदल असे क्लिष्ट विषय जी. आय. एस.मध्ये तयार केलेल्या विश्लेषणात्मक प्रतिकृतीच्या सहाय्याने अभ्यासता येतात.

घटनापूर्व व घटनापश्चात प्रतिकृती –

जी. आय. एस.मधील या प्रतिकृती घटनापूर्व (Apriori) व घटना पश्चात (Aposteriori) स्वरूपाच्या असतात. घटनापूर्व प्रकारात, प्रक्रियांची प्रतिकृती, उपलब्ध सांख्यिकीवर आधारित केली जाते व नंतर तिचे विश्लेषण केले जाते. तर घटना पश्चात प्रकारात आधीच तयार करून ठेवलेल्या सांख्यिकीच्या गटावर आधारित प्रतिमान केले जाते. उदाहरणार्थ - भूस्खलन किंवा दरड कोसळणे या प्रक्रिये संबंधी आधीच भरपूर सांख्यिकी उपलब्ध आहे. त्यावर आधारित प्रतिमान बनवून, एखाद्या भूस्खलन घटनेसाठी प्रतिकृतीचा वापर केला जाईल. काही प्रक्रियांमध्ये घटनापूर्व व घटना पश्चात अशा दोन्ही प्रतिकृतींची अदलाबदलही करता येतो. एखाद्या विशिष्ट ठिकाणच्या दरड कोसळण्याच्या प्रक्रियेसाठी उपलब्ध प्रतिकृती नीटशी वापरता येत नसेल तर त्यासाठी त्या ठिकाणच्या उपलब्ध सांख्यिकीवर आधारित घटनापूर्व प्रतिकृती तयार करावी लागेल.

नैसर्गिक व प्रमाण अनुरूप प्रतिकृती
(Natural and Scale Analogue Models)

वेगवेगळ्या ठिकाणी व वेगवेगळ्या वेळी घडलेल्या घटनांसंबंधी जी

वास्तविक, खरी व नैसर्गिक आकडेवारी उपलब्ध असते त्याचा वापर करून जी. आय. एस.मध्ये जी घटनेची प्रतिकृती केलेली असते त्याला नैसर्गिक अनुरूपी प्रतिकृती (Natural Analogue Model) म्हणतात.

पूर्वी अभ्यास न झालेल्या ठिकाणच्या, भूस्खलनासारख्या घटनेसाठी, नैसर्गिक अनुरूपी प्रतिकृती वापरून पाहिली जाते. त्यातील एखादा सांख्यिकी संच हा त्या ठिकाणाचे योग्य वर्णन करणारा असतोच.

काही वेळा मात्र वास्तविक व खऱ्या सांख्यिकीचे सामान्यीकरण (Generalisation) केले जाते व त्यातून प्रतिकृती केली जाते. या प्रतिकृती विशिष्ट प्रमाणावर केलेल्या असल्यामुळे त्यांना प्रमाण अनुरूपी प्रतिकृती (Scale Analogue Model) म्हटले जाते. हवाई छायाचित्र हे त्या प्रदेशाचे एक प्रकारे प्रमाण अनुरूपी प्रतिमानच असते.

सांकल्पनिक प्रतिकृती (Conceptual Models)

या प्रतिकृति जी. आय. एस.मध्ये शब्द किंवा आरेखन स्वरूपात (Verbal or Graphical form) व्यक्त केल्या जातात. यथार्थ प्रदेशातील क्रिया प्रक्रियांतील आंतरसंबंध गुणात्मक व संख्यात्मक स्वरूपात मांडले जातात. याचे उत्तम उदाहरण म्हणजे 'प्रणाली आकृती' (Systems Digram) ज्यात सर्व घटकांचे संबंध, चिन्हांच्या जुळणीने दर्शविले जातात.

गणितीय प्रतिकृती (Methematical Models)

यात प्रक्रियेतील निश्चितता, संभाव्यता व इष्टतम परिणाम यांचा विचार केलेला असतो. जिथे प्रक्रियेतील एखाद दुसऱ्याच घटकाचा विचार केलेला असतो व त्यातील आंतरप्रक्रियेतून निर्माण होणारा परिणाम सुनिश्चित असतो, तिथे निश्चित परिणाम पद्धत (Deterministic approach) वापरली जाते. भूस्खलना सारख्या प्रक्रियेस कारणीभूत असणारे अनेक घटक असतात. (उताराचे प्रमाण, वनस्पतींची दाटी, विदारणाचे प्रमाण, भूजल साठ्याचे प्रमाण इत्यादी) यातील केवळ उताराचे प्रमाण हा घटक घेऊन भूस्खलनाची तीव्रता ठरविण्याचे प्रतिमान करताना साधे समाश्रयण वापरून उताराच्या प्रमाणानुसार भूस्खलनाची तीव्रता कशी कमी जास्त होते ते ठरवता येते याला स्थिर स्थिती (Steady State) असेही म्हटले जाते.

मात्र जेव्हा परिणाम इतका निश्चित नसतो व परिणामातील अनिश्चितता

महत्त्वाची असते, तेव्हा संभाव्यता पद्धत (Stochastic Method) वापरली जाते. यात परिणामांच्या विविध प्रकारच्या शक्यता वर्तविल्या जातात. वर दिलेल्या भूस्खलनाच्या उदाहरणात भूस्खलनासाठी कारणीभूत ठरणारे बाकीचे घटकही लक्षात घेतले तर भूस्खलनाची तीव्रता वेगवेगळ्या प्रमाणावर सांगावी लागेल. त्यामुलेच या प्रतिमानाला प्रवाही (Dynamic) प्रतिमानही म्हटले जाते.

जी. आय. एस.मध्ये, प्रक्रियेच्या परिणामांची जास्तीत जास्त संख्या कुठे असेल तेही ठरवता येते. त्याचप्रमाणे ही संख्या कमीत कमी कुठे असेल तेही शोधता येते. यास इष्टतम परिणाम प्रतिकृती (Optimisation Method) म्हणतात. आपल्या वरील उदाहरणात भूस्खलन निर्मितीसाठी कारणीभूत असलेल्या सर्व घटकांचा विचार करून, सर्वात जास्त भूस्खलनाच्या घटना कुठे व किती होतील व सर्वांत कमी कुठे होतील ते ठरवता येते.

वर वर्णन केलेली सर्व प्रतिमाने ही उपयोजन विशिष्ट (Application Specific) स्वरूपाची आहेत. त्यासाठी जी. आय. एस.मध्ये उपलब्ध असलेल्या सर्व पृथक्करण पद्धतीचा वापर केला जातो.

प्राकृतिक व पर्यावरणीय प्रक्रियांच्या प्रतिकृती (Modelling Physical and Environment Processes)

प्राकृतिक व पर्यावरणीय प्रक्रियांच्या संदर्भात जी. आय. एस.मध्ये केलेल्या प्रतिकृतींचे वैशिष्ट्ये म्हणजे त्यांची भाकित करण्याची, अनुमान किंवा अंदाज वर्तविण्याची (Forecasting) क्षमता. पूर निर्मितीसाठी आवश्यक त्या सर्व घटकांचा विचार करून ते कुठे येतील हे अचूकपणे सांगण्याची क्षमता, किंवा दरड कोसळण्याची घटना कुठे व केव्हा होऊ शकेल याचे भाकित करण्याची कुवत, हा अशा प्रतीकृतींचा महत्त्वाचा गुणधर्म आहे. इतकेच नाही तर अशा घटनात भविष्यात कोणत्या प्रवृत्ती (Trends) असतील, आजच्यापेक्षा कोणत्या दृष्टीने या वेगळ्या असतील याचेही संभाव्य चित्र जी. आय. एस.मध्ये मिळू शकते. जी. आय. एस.मध्ये 'वेळ' या घटकाचा अर्थातच फार परिणामकारकपणे वापर केलेला नसतो. ही प्रणाली मुख्यत: 'अवकाशिक' घटकांना जास्त महत्त्व देते. त्यामुळे बरेच वेळा, अ-अवकाशिक (Aspatial) अशा, जी. आय. एस. नसलेल्या, प्रणालींचा आधार घेऊन वेळेशी संबंधित अशी भाकिते केली जातात.

हवामान बदलाचे, पर्वतीय पर्यावरणावर होणारे परिणाम, जंगलात लागलेल्या आगीची पसरण कशी होईल हे दाखविणारे प्रतिमान, पृष्ठीय व भूजलात

होणाऱ्या हालचाली अशा तऱ्हेच्या अनेकविध समस्यांची पूर्तता या प्रतिमानातून करता येते.

जंगलात लागलेली आग दर्शविण्यासाठी विस्तार किंवा पसरण (Diffusion) प्रतिमान तयार केले जाईल. जाळी चौकोन पद्धतीचा वापर करून प्रत्येक जाळी चौकोनात आगीचे प्रमाण, हवामान, वारा, भूप्रदेशाची उंची, झाडांची घनता अशी सांख्यिकी नोंद करून विविध स्तर तयार केले जातात. एखाद्या 'अ-अवकाशिक' स्वरूपाच्या संगणकीय संहितेचा (Software) वापर करून आगीचे प्रमाण व विविध वेळा यांचे समाकलन केले जाते. याचे प्रतिमान करून ठराविक काळाने, स्थळ काळ वैशिष्ट्यांनुसार होणारे बदल प्रत्येक चौकोनात लक्षात घेऊन ही आग कशी पसरत जाईल त्याचे भाकित केले जाते.

भाकित करण्याच्या या पद्धतीची विश्वासार्हता अर्थातच, जसजसा दूरगामी परिणाम सांगावा लागेल तशी कमी होईल. हवामानाचे भाकित करणाऱ्या जी. आय. एस. प्रतिमानात ४८ तासापर्यंतच्या हवेचे भाकित खूपसे बरोबर करता येते. मात्र त्यानंतर अनुमानातील अनिश्चितता वाढत जाते.

मानवी क्रिया प्रक्रियांशी संबंधित प्रतिकृती
(Modelling Human Processes)

मानवाच्या विविध क्रिया-प्रक्रियांशी निगडीत असलेल्या गोष्टींची प्रतिकृती करणे हे जी. आय. एस.मधले सर्वांत कठीण काम असते. हे सामान्यपणे दोन प्रकारे केले जाते. अवकाशिक आंतर्प्रक्रिया प्रतिकृती (Spatial Interaction Models) व गुरुत्व आकर्षण प्रतिकृती (Gravity Models) यांचा यासाठी विचार केला जातो.

एखाद्या उद्योगाचे किंवा क्रियेचे केंद्र व त्याकडे होणारी माणसांची, साधन संपत्तीची, माहितीची ये-जा यांचा अभ्यास यासाठी केला जातो व त्यावरून केलेल्या प्रतिकृतीच्या सहाय्याने भविष्यात जे आदान प्रदान होईल त्याचे आकृतीबंध (Patterns) प्रमाण, प्रवृति (Behaviour) यांचे भाकित केले जाते.

प्रतिकृतीतील कोणताही एक घटक बदलता तर सगळे परिणाम कसे बदलतील ते यातून सांगितले जाते. एखाद्या बाजार केंद्रातील सर्व दुकाने, त्यांचे प्रकार, संख्या, तिथे येणारे लोक, त्यांची खरेदी क्षमता, दुकानांची विक्री क्षमता असे अनेक घटक लक्षात घेऊन जे प्रतिमान केलेले असेल, त्यात एका दुकानाची वाढ झाली असे दाखविले तर आदान-प्रदान व विक्री खरेदीच्या संदर्भात जे बदल

होऊ शकतील त्याचे नेमके चित्र या जी. आय. एस. प्रतिमानात मिळू शकेल.

यामध्ये जाळी रचना विश्लेषणाचा उपयोग करून प्रतिमानांची उपयुक्तता वाढवलेली असते.

निर्णय प्रक्रियेसाठी प्रतिकृती (Modelling the Decision Making)

वर वर्णन केलेली प्रकिया प्रतिमाने प्रामुख्याने निर्णय प्रक्रियेसाठी वापरली जातात. स्थान वाटप प्रतिकृतीत सांगितल्याप्रमाणे औषध विक्रीच्या दुकानांची स्थाने, तिथपर्यंत जाण्याचे मार्ग, औषधांची उपलब्धता वगैरे गोष्टी लक्षात घेऊन एक प्रक्रिया प्रतिमान तयार करता येईल. मात्र त्याच भागात आणखी एखादे औषध विक्रीचे दुकान सुरू करावे का हा निर्णय घेण्यासाठी अनेक शक्यता पडताळून पहाव्या लागतील. त्यासाठी जी प्रतिकृती जी. आय. एस.मध्ये केली जाईल त्याला निर्णय प्रक्रियेसाठी केलेली प्रतिकृती म्हणता येईल.

विविध गोष्टी दाखविणाऱ्या नकाशांचे प्रत्यारोपण (Overlays) हे निर्णय प्रक्रियेचे जी. आय. एस.मधले पारंपारिक तंत्र आहे. पण या तंत्रात बऱ्याच अडचणी येतात. चार किंवा पाचपेक्षा जास्त नकाशांच्या प्रत्यारोपणाचे आकलन करणे अवघड जाते. काही वेळा असेही होते की फारशा महत्त्वाच्या नसलेल्या नकाशांचेही प्रत्यारोपण केले जाते व त्यामुळे क्लिष्टता वाढते. प्रत्येक गुण विशिष्ट नकाशासाठी संक्रमण मूल्य (Threshold) ठरवून घ्यावे लागते. या सर्वातून निर्णय प्रक्रियेची सुकरता कमी होत जाते. जी. आय. एस.मध्ये आजकाल बरेच वेळा वापरली जाणारी पद्धत म्हणजे बहु निकष पृथक्करण (Multi Criteria Analysis) पारंपारिक अध्यारोपण पद्धतीसाठी हा एक उत्तम पर्याय आहे. यात नकाशातील गुण विशिष्ट थरांना भारदर्शक मूल्य (Weight) दिले जाते. सदिश जी. आय. एस.मध्ये बहुभूजाकृतिंना जशी संक्रमण मूल्ये दिली जातात, तशी ती या पद्धतीत दिली जात नाहीत.

या पद्धतीत गुणविशिष्ट थरातील घटकांना गुणात्मक किंवा वर्णनात्मक भार दर्शक मूल्य दिले जाते, किंवा त्यांना अनुक्रम (Ranks) दिले जातात. यामुळे प्रत्येक घटकाचे तुलनात्मक महत्त्व समजते व त्यानुसार निर्णय घेणे सोईचे होते.

एखाद्या निर्णय प्रक्रियेची योग्यता ठरविण्यासाठी विविध पर्यायांना सांख्यिकी मूल्य देणे ही यातली मूळ कल्पना आहे.

एका 'मत्स्य संवर्धन' (Aquaculture) प्रयोगात एका खाडीत कोणती मत्स्य संवर्धन तळी अधिक उपयुक्त ठरतील यासंबंधीचा निर्णय घ्यायचा होता.

अशा तऱ्हेची समस्या निश्चित करणे हा 'बहुनिकष विश्लेषण' पद्धतीतला पहिला टप्पा असतो. त्यानंतरचा टप्पा म्हणजे निर्णय घेण्यासाठी मदत व्हावी म्हणून त्या समस्येसंदर्भात काही निकष (Criteria) ठरविणे. 'मत्स्य संवर्धन' तळ्यांच्या निवडीबाबत पुढील ९ निकष ठरविण्यात आले.

१) चिखलाने आच्छादित सपाट प्रदेशांची समीपता.

२) खाडीत खारफुटीची वाढ न झालेला विभाग.

३) शेतीजमीन नसलेला प्रदेश.

४) प्रदेशाची उंची १० मीटरपेक्षा.

५) मत्स्य शेतीच्या तुकड्यापर्यंत रस्त्यांची उपलब्धता.

६) सपाट प्रदेश.

७) खाडीमध्ये असलेलाच प्रदेश.

८) नदीमार्गाच्या खालच्या टप्प्यातला प्रदेश व

९) 'सागरी नियमन प्रदेशातील' (CRZ - Coastal Regulation Zone) विभाग.

यातला प्रत्येक निकष हा स्वतंत्र गुण विशिष्ट थर मानला जातो. प्रत्येक निकषाला भार दर्शकमूल्य देणे हा तिसरा टप्पा. हे मूल्य देण्याच्या अनेक पद्धती आहेत. सगळ्यात सोपी पद्धत म्हणजे त्यांना नामदर्शक (Normal) मूल्य देणे. खाडीत असलेले चिखलांनी आच्छादित प्रदेश (Mud Flats) हे मत्स्य संवर्धन तळी तयार करण्यासाठी अधिक उपयुक्त असतात. त्यामुळे खाडीचा जो भाग या प्रदेशात येईल किंवा याला जवळ असेल त्याला १ मूल्य व दूर असेल त्याला ० मूल्य जोडले जाईल. त्यानुसार खाडीच्या नकाशावर किंवा हवाई छायाचित्रावर अथवा उपग्रह प्रतिमेवर जी चौकोन जाळी आरेखित केली असेल त्यातील प्रत्येक चौकोनाला १ किंवा ० याप्रमाणे मूल्य दिले जाईल.

खारफुटी प्रदेशाच्या पुनर्प्रापणासाठी जास्त खर्च येतो. शिवाय मासे व इतर सागरी जिवांची वाढ व जोपासना खारफुटी जंगलात होत असल्यामुळे तिथे 'मत्स्य संवर्धन तळी' तयार करणे योग्य नाही. त्यामुळे खारफुटी विभाग असेल तर मूल्य ० व नसेल तर मूल्य १ असे भारदर्शक निर्देशन करावे लागेल.

या पद्धतीने इतर सर्व निकषांना भारदर्शक मूल्ये दिली जातील. जाळी चौकोनात दिलेल्या १ या भारदर्शक मूल्यांची बेरीज करून एकूण भार ठरवणे हा या प्रक्रियेतील पुढचा टप्पा.

यानंतर सर्वांत जास्त भार (या उदाहरणात ९), मध्यम भार व कमी भार असे वर्गीकरण करून मत्स्य संवर्धनासाठी जास्त योग्य ठिकाण (भार ९), योग्य ठिकाण (भार ५ ते ८) मध्यम योग्यतेचे ठिकाण (भार २ ते ४) व अयोग्य ठिकाण (भार ० ते १) असे निर्णय निकष (Decision Criteria) ठरवून खाडीत मत्स्य संवर्धन तळी कुठे कुठे बांधणे योग्य ठरेल व त्याचा प्राधान्य क्रम कसा राहिल ते (Priority) ठरविता येईल.

शहरात घर बांधण्यासाठी आपल्या आवडीचे ठिकाण शोधण्यासाठी व त्यासाठीच्या निर्णयासाठी असाच प्रयोग करता येईल. एखाद्या फॅक्टरीतून बाहेर टाकले जाणारे त्याज्य पदार्थ कुठे टाकावेत त्याची जागा निवडणे, जास्त भूजल क्षमतेचे विभाग शोधणे अशा अनेक प्रकारच्या निर्णय प्रक्रियेत ही पद्धत वापरता येते.

भारदर्शक मूल्यात अधिक अचूकपणा येण्यासाठी १ ते ० या दोन टोकाच्या मुद्यांचे भाग करून ०.९, ०.८, ०.७ असे भारदर्शनही करता येते.

बहुनिकष पृथक्करण पद्धतीवर परिणाम करणारे, भारदर्शक मूल्य ठरवण्याची पद्धत आणि निकषांचे निश्चितिकरण (Criteria Definition) हे दोन महत्त्वाचे घटक आहे. त्यानुसार निर्णय प्रक्रियेत व त्यानुसार केलेल्या विभागणीत फरक पडू शकतो.

वर वर्णन केलेल्या सर्व प्रतिकृती योग्य तऱ्हेने वापरता येत आहेत आणि त्यांनी दिलेली उत्तरे अर्थपूर्ण आहेत याची नेहमीच खात्री करावी लागते. एखाद्या प्रत्यक्ष घडलेल्या घटनेशी, जी. आय. एस. प्रतिकृतीने दिलेल्या उत्तरांची तुलना करून हे करता येते. (उदा. - भूस्खलनाचे जी. आय. एस.ने केलेले विश्लेषण व दिलेले आकृतीबंध आणि प्रत्यक्ष दरड कोसळण्याच्या प्रसंगाचा आकृतीबंध याची तुलना). काही वेळा एकाच प्रक्रियेचे अनेक पर्याय असणारे निष्कर्ष तयार करून ठेवावे लागतात. पण याकरता भरपूर व वैविध्यपूर्ण सांख्यिकी उपलब्ध असणे गरजेचे असते.

जी. आय. एस.मध्ये प्रतिकृती तयार करणाऱ्या या कृतीत अलीकडेच झालेली नवीन सुधारणा म्हणजे 'दृष्य प्रतिमानी' (Visual Modelling) यामध्ये विश्लेषणकर्ता मूळ प्रतिकृतीतील, आवश्यक तेवढाच भाग वेगळा काढून त्याची स्वतंत्र प्रतिकृती (Drag and Drop) करू शकतो. मात्र यासाठी विश्लेषण-कर्त्याला, मूळ सांख्यिकीचे व प्रक्रियांचे नेमके ज्ञान असणे आवश्यक असते.

मानव व निसर्ग यांच्यातील परस्पर संबंधांमुळे व त्यातील आंत-प्रक्रियांमुळे, जी. आय. एस.मध्ये तयार झालेल्या प्रतिकृती अधिक क्लिष्ट बनण्याची शक्यता नेहमीच असते. प्रतिमान जेवढे अधिक योग्य व नेटके तेवढी त्याची सांख्यिकी गरज मोठी असते. प्रतिमानातील क्लिष्टता त्यामुळे वाढते आणि त्याचबरोबर विश्लेषण व निष्कर्ष यात चुका होण्याची शक्यताही वाढते. परिणामी, क्लिष्ट प्रतिमाने, जे निष्कर्ष देतात ते काही वेळा अर्थहीन व वर्णन करता न येण्याजोगेही असू शकतात. त्यामुळे जी. आय. एस.मधली प्रतिमाने जेवढी कमी क्लिष्ट तेवढी अधिक उपयुक्त असतात असे दिसते.

आजच्या जी. आय. एस. संहितामध्ये उपलब्ध असलेल्या विश्लेषणात्मक प्रतिकृतींचा किंवा वैशिष्ट्य म्हणजे संगणकाच्या पडद्यावर निष्कर्षांचे मिळणारे दृष्य स्वरूपातील चित्र. सांख्यिकीच्या अंकीय नोंदी केल्यावर मिळणारे दृष्य चित्र व विश्लेषणानंतर प्रत्येक पर्यायाचे मिळणारे दृष्य चित्र हा या प्रक्रियेतला सगळ्यात महत्त्वाचा फायदा आहे आणि यामुळेच विविध समस्या, विविध भौगोलिक प्रदेश, विविध परिसंस्था याबाबतीत जी. आय. एस. मार्फत केले जाणारे विश्लेषण व त्याचे उपयोजन (Application) सर्वत्र वाढत्या प्रमाणावर पसरते आहे.

□□

प्रकरण ८

जी. आय. एस.चे उपयोजन
(Application of GIS)

स्थानिक प्रशासन, वाणिज्य, सल्लासेवा (Consultancy) व संशोधन अशा विविध क्षेत्रातील अडचणी, समस्या, व्यवस्थापन व नियोजन या क्षेत्रात जी. आय. एस.चे उपयोजन दिवसेंदिवस वाढते आहे. खूप मोठ्या उपभोक्ता वर्गाची गरज भागवणे, त्यासाठी माहिती तंत्रज्ञानाचा परिणामकारक वापर करून घेणे आणि विविध क्षेत्रातील निर्णय प्रक्रियांना हातभार लावणे ही आधुनिक जी. आय. एस.ची उपयुक्तता आहे. यासाठी भरपूर माहिती साठा, अचूक माहिती आणि योग्य विश्लेषण पद्धती यांची गरज असते. तांत्रिक गोष्टींच्या उपलब्धतेप्रमाणेच जी. आय. एस. वापरू शकणारे संशोधक, विश्लेषक आणि संस्था यांचीही कोणत्याही जी. आय. एस. संहितेच्या उपयोगात तितकीच गरज असते.

साधारणपणे नेहमीच्या उपयोगासाठी सहजगत्या वापरता येऊ शकणाऱ्या जी. आय. एस. संहिताच उपलब्ध करून देण्याच्या हेतूने जी. आय. एस.ची वाढ झाली. प्रशासकीय व शैक्षणिक क्षेत्रात यांचा वापर जास्त होत असल्याचे जसे दिसते तसेच आजकाल, संशोधन संस्था व औषधनिर्मितीपासून सागरशास्त्र अशा विविध क्षेत्रातला जी. आय. एस. संहितांचा वापरही झपाट्याने वाढतो आहे.

जी. आय. एस.च्या उपयोजनाचे (Application) मुख्य तीन प्रकार पडतात. अग्रणी किंवा मार्गदर्शक (Pioneering) उपयोजन, संधीवादी (Opportunistic) व नित्यकर्म किंवा नियमित (Routine) उपयोजन.

अग्रणी उपयोजन हे मुख्यत: भरपूर आर्थिक सुबत्ता असलेल्या संस्थामध्ये केले जाते. नवीन नवीन प्रयोग करून पूर्वी न झालेले उपयोजन मार्ग शोधून संशोधन केल्या जाणाऱ्या संस्थात अग्रणी स्वरूपाचे उपयोजन होऊ शकते. अशा तऱ्हेच्या उपयोजनात मोठी जोखीम पत्करावी लागते (High Risk Application). उपयोजनाच्या अग्रणी संहिता बनविणे खर्चाचेही असते. मात्र यशस्वी व उपयुक्त अग्रणी उपयोजन संहिता, संस्थांना खूप मोठा आर्थिक लाभही मिळवून देऊ शकतात.

अवसरवादी उपयोजन हे अशा संस्थामध्ये होते जिथे, इतरत्र चालू

असलेल्या अग्रणी उपयोजनावर बारीक लक्ष ठेवलेले असते व फायदेशीर उपयोजन दिसताच ते वापरण्याची वृत्ती असते. नित्यकर्म उपयोजन करणाऱ्या संस्था, कमी जोखीम असलेल्या वारंवार वापरल्या जाणाऱ्या अशा संहिताच वापरतात. उपयोजनांचे ही तीनही प्रकार व्यापार व्यवसायात (Business) व्यवस्थापन व नियोजन अशा पातळ्यावर वापरले जातात.

भौगोलिक माहिती प्रणाली (GIS)

सर्व प्रकारच्या उपयोजनात अर्थातच जी. आय. एस.चा वापर करणाऱ्या संस्था किंवा व्यक्ती या केंद्रस्थानी असतात. वापर करणाऱ्यास जी. आय. एस. कशासाठी हवे आहे ते नेमके समजल्यानंतरच त्या संहितेचे उपयोजन करणे सुरू होते.

जी. आय. एस. संहितेच्या उपयोजनासाठी येणारा खर्च, नेमक्या जी. आय. एस. संहितेची निवड, मिळणाऱ्या संभाव्य निष्कर्षांची विश्वासार्हता, यासारख्या अनेक गोष्टींचा विचार करून जी. आय. एस. उपयोजनाचा एक प्रकल्प किंवा परियोजना (Project) तयार केली जाते.

प्रकल्पाचा आराखडा व व्यवस्थापन

(Project Design and Management)

इथे वर्णन केलेला उपयोजनाचा आराखडा हा एखाद्या लहान प्रमाणावरच्या परियोजनेसाठी लागू करता येईल. (उदाहरणार्थ एखादा छोटेखानी संशोधन प्रकल्प) अशा आराखड्यात पुढील गोष्टी समाविष्ट केल्या जातात.

१) समस्येची निवड (Problem Identification) सर्वप्रथम जी. आय. एस.चा वापर करून जी समस्या सोडवण्याची योजना असते ती नेमक्या शब्दात मांडणे गरजेचे आहे. एखादी संस्था प्रकल्पाचे काम दुसऱ्यांसाठी करून देणार असेल तर, संस्थेने हे पाहिले पाहिजे की समस्या पुरेशी संरचित (structured) आहे.

ही पुरेशी संरचित समस्या त्यातील विविध टप्पे एकमेकांस जोडून प्रवाही तक्त्याच्या स्वरूपात (Flow Chart) मांडावी लागते. त्यानंतर ही समस्या सोडवण्यासाठी जी. आय. एस.चा वापर का करावा त्याचे स्पष्ट विधान (Statment) असणेही गरजेचे असते. याला मूळ हेतू विधान (Root Definition) असे म्हटले जाते.

२) **सांख्यिकी प्रतिकृती करणे (Data Modelling) :** उपलब्ध सांख्यिकीचा विचार करून त्याची सांकल्पनिक प्रतिकृती कशी करता येईल, जाळी चौकोन जी. आय. एस. वापरावे की सदिश जी. आय. एस., सांख्यिकी संरचना कशा असाव्यात आणि विश्लेषणांच्या कोणत्या पद्धती ह्या सांख्यिकीसाठी योग्य ठरतील हा सगळा विचार प्रथमत:च करावा लागतो.

अशा तऱ्हेच्या प्रतिकृतीत उपलब्ध सांख्यिकीवरून सांकल्पनिक (Conceptual), प्राकृतिक (Physical) व मानचित्रण (Cartographic) प्रतिमाने तयार करून वापरावी लागतात.

प्रकल्पासाठी पुरविलेल्या सांख्यिकीचे मुख्य घटक, गुणविशिष्ट आकडेवारी, त्यातील सहसंबंध यासंबंधीचे पूर्वज्ञान असणे नेहमीच फायद्याचे ठरते. अवकाशिक व गुणविशिष्ट सांख्यिकी वरून कोणती प्रतिमाने करणे शक्य होईल याचाही विचार आवश्यक असतो.

३) **विश्लेषण (Analysis) :** सांख्यिकी अंकीय नोंदी केल्यावर जाळी चौकोन किंवा सदिश जी. आय. एस. वापरून आवश्यक ते मोजमापे, पुनर्वर्गीकरण, मृदंग व समीपता घटक, अध्यारोपण, आंतर्वेशन, आच्छादन व पृच्छा अशा सर्व उपयुक्त पद्धती वापरून समस्येचे विश्लेषण केले जाते.

४) **निष्कर्ष व मानचित्रीकरण (Result and Mapping) :** जी. आय. एस. संहितेच्या वापरानंतर सांख्यिकी संदर्भात जे बहुविध निष्कर्ष मिळतात त्याचे नकाशा स्वरूपात आरेखन करणे हा या प्रक्रियेचा शेवटचा टप्पा असतो.

जी. आय. एस. संहितेचे कोणत्याही समस्येच्या निराकरणासाठी उपयोजन करताना, त्यासंबंधीचा प्रकल्प लिहिणे हे अशा तऱ्हेने खूपच फायद्याचे ठरते. जी. आय. एस.मध्ये उपयोजनासाठी वापरल्या जाणाऱ्या आदर्श प्रकल्पाची मांडणी पुढीलप्रमाणे असते.

१. जी. आय. एस. प्रकल्पाचा मथळा
२. हेतू व व्याप्ती : हेतू विधान
३. समस्येचे भौगोलिक क्षेत्र : विस्तार, वियोजन
४. प्रकल्प कोणासाठी ?
५. अंकीय गुणविशिष्ट नकाशे (अपेक्षित) :
   अ) जाळी चौकोन जी. आय. एस. की सदिश ?
   ब) कोणत्या वैशिष्ट्यांचे नकाशे ?

क) रचना खंडांचे प्रकार : बिंदू, रेषा, क्षेत्र.

६. गुणविशिष्ट सांख्यिकीची गरज.

१) स्वरूप

२) वर्णन

३) वर्णनात्मक की संख्यात्मक

४) सांख्यिकीचा स्त्रोत

७. विश्लेषणाचे स्वरूप

अ) पृच्छांचे स्वरूप व प्रकार

ब) अद्ययावत करण्याची वारंवारिता

क) निष्कर्षांची मांडणी :

१) प्रवाही स्वरूपात (Flow Chart)

२) विश्लेषणांची यादी

३) चित्र, आरेखन स्वरूपात

८. उपलब्ध साधने व प्रकल्प खर्च

९. उपयोजनाचे स्वरूप

१०. प्रकल्पाचे मूल्यमापन

अ) हेतू व उद्दिष्ट यांची सफलता

ब) ज्यांच्यासाठी प्रकल्प राबविला त्यांचे समाधान

क) उपयोजनाचे प्रमाण, विस्तार व व्याप्ती

□□

प्रकरण ९

जी. आय. एस.च्या समस्या व भविष्य

(Problems of GIS and Its Future)

सध्याचे जी. आय. एस. तंत्रज्ञान अतिशय प्रगत व उपयुक्त आहे. हे खरे असले तरी त्याच्याशी निगडित असे काही विवाद-विषय (issues) व सहज सोडवता न येण्यासारख्या समस्याही आहेत. हे विवाद विषय तंत्राशी, संकल्पनेशी, उपयोजनाशी, कार्यवाहिशी व उपभोक्त्यांशी निगडित आहेत. काही महत्त्वाचे विवाद विषय व समस्या पुढीलप्रमाणे.

१) पारंपारिक नकाशांचे, अंक स्वरूपात (Digital format) अधिक योग्य रुपांतरण कसे करता येईल ?

२) मोठ्या प्रमाणावर सांख्यिकी अभिगम (Data Access) कसे करता येईल ?

३) संगणकाच्या क्षमतेपेक्षा जास्त भौगोलिक सांख्यिकीची साठवण कशी करता येईल ?

४) विविध स्तरातून सांख्यिकी स्वरूपात माहिती कशी मिळेल ? सांख्यिकीची किंमत, विश्वासार्हता, हक्क, मालकी व अभिगम या बाबतीतल्या अडचणीवर कशी मात करता येईल ?

५) राष्ट-ीय मानचित्रीकरण (Mapping) संस्थांचा, सांख्यिकीच्या उपलब्धतेत सहभाग कसा वाढवता येईल?

६) भौगोलिक सांख्यिकी व माहिती मिळवण्याच्या पारंपारिक पद्धतीना, सांख्यिकी तयार करण्याच्या नवीन पद्धती कशा व केव्हा पर्यायी ठरतील ?

७) यथार्थ प्रदेशातील क्लिष्टपणा, जी. आय. एस. प्रतिमाने याहीपेक्षा जास्त अचूकपणे कशा प्रकारे दाखवू शकतील ?

८) सहअक्षांनी किंवा पिक्सल्सनी दाखवता न येऊ शकणारी माहिती किंवा सांख्यिकी (उदा. ध्वनी, छायाचित्र, व्हिडीओ) जी. आय. एस. संहितामध्ये कशी आणता येईल ?

९) सांख्यिकीतील त्रुटी, अनिश्चितता व पृथक्करणातील त्रुटी याची जी. आय. एस. विश्लेषणात कशी काळजी घेता येईल ?

१०) जी. आय. एस. वापरणाऱ्यांसाठी हे तंत्र आतापेक्षा जास्त सोईचे, स्वस्त व परिणामकारक कसे करता येईल ?

११) जी. आय. एस. ने सुचविलेले निष्कर्ष व उपयोजन योग्य आहेत की अयोग्य, योग्य असल्यास कितपत योग्य, याचे मूल्यमापन कसे करता येईल ?

१२) जी. आय. एस. तंत्रज्ञानाबद्दलची जागृती (Awareness) कशी वाढवता येईल ? विशिष्ट जी. आय. एस. संहितांचे प्रशिक्षण सुलभरीत्या कसे देता येईल ?

१३) वैयक्तिक व वरवरच्या कारणमीमांसेला सहजपणे महत्त्व देण्याच्या मनुष्य स्वभावाला अचूक व वस्तुनिष्ठ जी. आय. एस.चे महत्त्व अधिक परिणामकारपणे कसे समजावता येईल ?

यातील बरेचसे विवाद विषय नजिकच्या भविष्य काळात राहणार नाहीत व बहुतांशी समस्यांवर शास्त्रज्ञ व तंत्रज्ञ यांना मात करता येईल, असे जी. आय. एस. समुहास (GIS Community) वाटते.

सर्वत्र वाढणारी विज्ञाननिष्ठता, अचूकपणा व नेमकेपणाची मागणी, झपाट्याने वाढणारे व्यापार व्यवहार, यामुळे जी. आय. एस. बद्दलची जागृती व त्याचे उपयोजन निश्चितच वाढेल असा शास्त्रज्ञांनाही विश्वास वाटत आहे.

भविष्यात जी. आय. एस. बद्दलची काही भाकिते याच गोष्टीची निर्देशक आहेत.

१) भविष्यात जी. आय. एस. अधिक प्रभावीपणे त्रिमित्त (Three Dimensional) सांख्यिकी वापरू शकेल व वेळ (Time) या घटकाचा समावेश करू शकेल.

२) पृथक्करणाच्या व विश्लेषणाच्या नवीन पद्धती येतील व जी. आय. एस. मार्फत विविध घटकातील परस्पर संबंध व क्रियांना दृष्य (Visual) रूप देता येईल.

३) जी. आय. एस.च्या निष्कर्षांचा दर्जा, त्यावरील नियंत्रण व त्याबद्दलची खात्री वाढेल.

४) बहुमाध्यमी (Mutlimedia) समर्थन वाढेल.

५) उत्तम प्रतीच्या, जास्त अचूकपणे नोंदी देणाऱ्या जी पी एस (GPS) मुळे अंकीय नोंदीकरण (Digitization) कमी प्रमाणात करावे लागेल.

६) त्रिमित व वेळ घटकावर अवलंबून सांख्यिकी दृष्य रूपात पाहता येईल.

७) जी. आय. एस. मध्ये विभाग विशिष्ट (Sector Specific) निष्कर्ष उपलब्ध होतील.

८) विकसित राष्ट-ांशिवाय जगभरात इतर देशांतही जी. आय. एस.चा प्रसार व वापर मोठ्या प्रमाणावर होईल.

९) जी. आय. एस. शी निगडीत मूल्यवर्धीत सेवांची (Value added services) संख्या वाढेल.

१०) जी. आय. एस. संहितांचे जगातील इतर भाषात रुपांतरण होईल.

११) अंक नोंद प्रक्रिया खूप स्वस्त होईल.

१२) CD-ROM सारख्या संहती (Hardware) मुळे सांख्यिकीचे मोठे प्रमाण, ही समस्या राहणार नाही.

१३) सांख्यिकीची मालकी हा मोठा विवाद विषय झाला तरी सरकारी धोरणानुसार त्याची मालकी ठरेल.

१४) सामाजिक व आर्थिक स्वरूपाच्या उपयोजनात गैरसरकारी व गोपनीयतेसंबंधी विचार प्रबळ ठरेल.

१५) जी. आय. एस. संहिता सहजपणे उपलब्ध होण्याच्या दृष्टीने व त्यांचे व्यवस्थापन होण्याच्या दृष्टीने तंत्रज्ञानात वाढ व विकास होईल.

१६) जी. आय. एस.मध्ये निपुण व कुशल व्यक्तिंची संख्या वाढेल.

१७) जी. आय. एस.चे उपयोजन क्षेत्र (Application Field) झपाट्याने वाढेल. दैनंदिन जीवनातही बहुधा जी. आय. एस.चा सहज प्रवेश होईल.

१८) संगणक विज्ञान, सर्वेक्षण, दूर संवेदन, नकाशाशास्त्र, अवकाशिक पृथक्करण, सांख्यिकी तंत्रज्ञान अशा विविध क्षेत्रात जी. आय. एस.चे उपयोजन अनेक पटीनी वाढेल.

१९) भूशास्त्रज्ञ (Earth Scientist), आभासी क्षेत्र (Virtual Field) किंवा प्रतिबिंब जग (Mirror world) तयार करून भूशास्त्रीय प्रक्रियांचा अभ्यास करू शकतील.

नजिकच्या भविष्यात मानवाला पृथ्वीवरच्या अनेक समस्यांना सामोरे जावे लागणार आहे. अनेक आव्हानांना तोंड द्यावे लागणार आहे. याचबरोबर आर्थिक सुबत्ता वाढवण्याची संधीही अनेक क्षेत्रात निर्माण होणार आहेत. पर्यावरणाचे एकूण प्रदूषण वाढणार आहे. आणि ते नियंत्रित करण्याचे मार्ग व पद्धतीतही वाढ

होणार आहे. माणसाची भ्रमणशीलता (Mobility) वाढणार आहे.

यामुळेच २१ व्या शतकात जागतिक पातळीवर सांख्यिकीचा उपयोग मोठ्या प्रमाणात वाढेल. जी. आय. एस.शी साधर्म्य असलेल्या कृत्रिम विद्वत्ता (Artificial intelligence), आभासी सत्यता (Virtual reality), बहुमाध्यमी (Mutlimedia), भूसंगणन (Geocomputing) यासारख्या क्षेत्रात प्रचंड प्रगती होऊन त्याचा जी. आय. एस. वरही परिणाम होईल. सांख्यिकी साठवण ही समस्या राहणार नाही.

तसे पाहता जी. आय. एस. चे भविष्यकालीन चित्र उभे करणे हे सोपे काम नाही. जी. आय. एस. तंत्रज्ञानात सुधारणा हे अशक्य आव्हान निश्चितच नसेल. पण या तंत्रज्ञानात कुशल व निपुण असा समाज निर्माण करणे, त्याला या तंत्रज्ञानाचे शिक्षण व प्रशिक्षण (education and training) देणे, जी. आय. एस.च्या सर्वंकष व दूरगामी वापरासाठी त्यांची मानसिकता तयार करणे, हे एक वेगळे आणि मोठेच आव्हान एकविसाव्या शतकात राहणार आहे, यात शंका नाही.

□□

प्रकरण १०

अंकीय सांख्यिकी

(Digital Data)

जीआयएस मधे वापरण्यात येणाऱ्या दूर संवेदन प्रतिमा किंवा हवाई छायाचित्रे अंकीय सांख्यिकी स्वरूपातही वापरता येतात. यात विविध वर्णपटल पट्ट्यातील (spectral bands) प्रतिमांचा उजळपणा (brightness), रांगरचना (array) स्वरूपात अंकीय सांख्यिकी म्हणून नोंदविला जातो. त्यामुळे या उजळपणाची बेरीज, वजाबाकी, गुणाकार, भागाकार अशा अनेक गणिती प्रक्रियांनी प्रतीमेची प्रत सुधारता येते.

केवळ दृष्य वाचन वर्णनाने (Visual interpretation) ज्या गोष्टी लक्षात येणार नाहीत, प्रतिमेवरचे जे बारकावे समजणार नाहीत ते सर्व अंक स्वरूपातील प्रतिमांच्या पृथ्थकरणाने सहज लक्षात येतात. त्यामुळे अंकीय नमुन्यातील माहितीची नोंदणी खूपच फायदेशीर ठरते.

पृथ्वीपृष्ठावरील कोणत्याही घटकावरून उत्सर्जित किंवा परावर्तित झालेल्या उर्जेची नोंद अंकीय स्वरूपातच केली जाते. यास चित्रांश किंवा चित्रघटक (Pixel) म्हटले जाते. प्रदेशाच्या अंकीय प्रतिमेत (Digital Image) हजारो चित्रांश असतात. हे चित्रांश इतके लहान असतात की ते नुसते नजरेने पाहून दिसू शकत नाहीत. शिवाय विद्युत चुंबकीय वर्णपलाच्या विविध पट्ट्यांसाठी वेगवेगळ्या अंकात त्यांची नोंद होते. त्यामुळे प्रतिमेची अंकीय स्वरूपातील माहिती फारच मोठ्या प्रमाणावर उपलब्ध होते. अंकीय स्वरूपातील ही सांख्यिकी यांत्रिक सूक्ष्म समीक्षक (Mechanical Scanner) किंवा प्रकाश ऊर्जा जोडणी यंत्रणा (CCD-Charge Coupled Device) यामार्फत नोंदवली जाते.

सूक्ष्म समीक्षक जेव्हा पृथ्वीपृष्ठाचे समीक्षण (scanning) करतो तेव्हा पृष्ठाच्या स्वरूपानुसार परावर्तित झालेल्या उर्जेचे वर्णपट्ट्याच्या प्रत्येक विभागात अनुरूपी स्वरूपातून (Anlog) अंक स्वरूपात रूपांतर करतो विद्युत संवेदकाकडून प्राप्त होणारी ही माहिती काही विशिष्ट अंक स्वरूपातच असते. (आ. ४०)

प्रत्येक अंक हा द्विअंगी (Binary) अंकाच्या मालिकेच्या स्वरूपात नोंदला

जातो. याला बीट्स (Bits) म्हटले जाते. प्रत्येक बीट २ या अंकाच्या विशिष्ट घातसंख्येत (exponent) मांडला जातो. म्हणजेच ७५ या अंकाचे निर्देशन ७ बीट नमुन्यात द्विअंकी श्रेणीत पुढीलप्रकारे मिळवले जाते-

सर्वप्रथम ७५ ला २ ने भागावे भागाकार त्याखाली लिहावा व बाकी उजवीकडे लिहावी. याच पद्धतीने शून्य मिळेपर्यंत भागाकार करावा. बाकी उजवीकडे मांडावी.

'बाकी' असलेले सर्व अंक उलट्या दिशेने मांडून द्विअंकी श्रेणी मिळवावी, जसे,

२	७५		
२	३७	१	
२	१८	१	७५ ची
२	९	०	द्विअंक श्रेणी
२	४	१	१००१०११
२	२	०	
२	१	०	
	०	१	

१००१०११ ज्याचा अर्थ

$२^{६} + ०^{५} + ०^{४} + २^{३} + ०^{२} + २^{१} + २^{०} =$

$६४ + ० + ० + ८ + ० + २ + १ = ७५$ असा आहे.

बीट्सची संख्या प्रतिमेचे विकिरणमितीय वियोजन (Radiometric resolution) ठरविते. ७ बीट्स द्विअंगी श्रेणी, १११११११

$२^{६} + २^{५} + २^{४} + २^{३} + २^{२} + २^{१} + २^{०} = ६४ + ३२ + १६ + १८ + ४ + २ + १ = १२८$ एकूण ० ते १२७ एवढ्या अंक संख्या प्रत्येक चित्रांशात दाखवू शकते. ८ बीट्सची द्विअंगी श्रेणी, ११११११११,

$२^{७} + २^{६} + २^{५} + २^{४} + २^{३} + २^{२} + २^{१} + २^{०} = २५६$ म्हणजे ० ते २५५ एवढी अंक संख्या समाविष्ट करू शकते.

अशाप्रकारे, चित्रांशाच्या पूर्णांकी किंमतीची नोंद केली जाते. या संख्यांना अंक संख्या (DN-Digital Numbers) असे म्हटले जाते.

अंकीय सांख्यिकीचे प्रारूप (Digital Data Formats)

प्रत्येक प्रतिमा ही जाळी प्रतिमान स्वरूपात (Raster) उपलब्ध होते. यातील प्रत्येक चित्रांश स्वतंत्रपणे, ओळी व स्तंभ स्वरूपात (Rows and columns) मांडता येतो. प्रत्येक चित्रांश अंक संख्येने निर्देशित केला जातो.

प्रत्येक प्रतिमा अंक स्वरूपात प्रामुख्याने तीन प्रकारात मांडलेली असते. यास त्याचे प्रारूप म्हटले जाते. ज्या प्रतिमेची नोंद B, G, R, व IR (नीळा, हिरवा, लाल व अवरक्त) अशा वर्णपट प्रदेशात झाली आहे त्याचे प्रारूप पुढीलप्रमाणे केले जाते.

१) चित्रांनुसार जोडणी : (BIP : Band interleaved by Pixel) यामध्ये १ ली ओळ, पहिला चित्रांश, पहिला वर्णपट प्रदेश, त्यानंतर पहिली ओळ, पहिला चित्रांश, दुसरा वर्णपट प्रदेश, याप्रमाणे जोडणी केलेली असते.

ओळी व स्तंभाना, प्रतिमेच्या डाव्या वरच्या कोपऱ्यातून क्रमांक दिल्यास ही रचना पुढीलप्रमाणे दिसते. (आ. ४१)

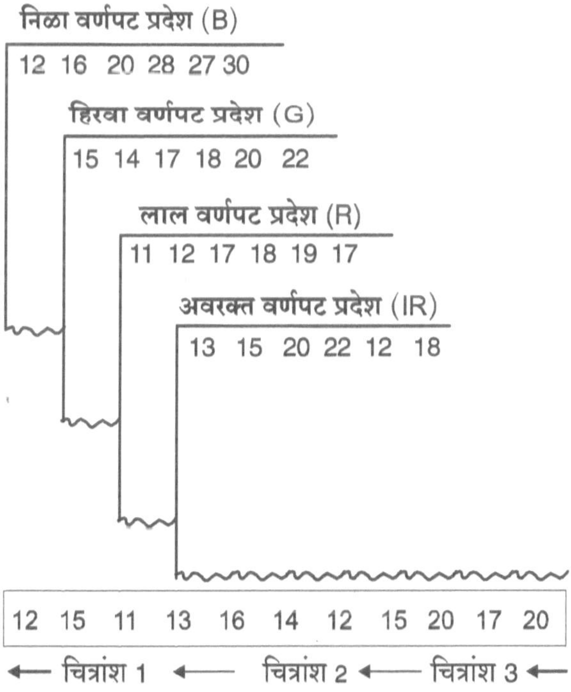

याचा अर्थ असा की या रचनेत १ ल्या चित्रांशाच्या सर्व वर्णपट प्रदेशातील किमती एकत्र लिहून त्यानंतर याच पद्धतीने दुसरा, तिसरा चित्रांश पूर्ण केले जातात.

२) रेषेनुसार जोडणी : (BIL : Band interleaved by line) या जोडणीत प्रत्येक वर्णपटाची अंकसंख्येची पहिली रेष एकत्र मांडली जाते. वरील आकृतीत केवळ पहिल्या चार अंक संख्या घेतल्यास ही रचना पुढीलप्रमाणे दिसेल.

१२	१६	२०	२८	१५	१४	१७	१८	११	१२	१७	१८	१३	१५	२०	२२

३) वर्णपट प्रदेश अनुक्रमी जोडणी : (BSQ-Band Sequential) या जोडणीत प्रत्येक वर्णपट प्रदेशातल्या सर्व अंक संख्या एकामागून एक लिहिल्या जातात. त्यामुळे ही जोडणी पुढीलप्रमाणे दिसते.

निळा वर्णपट प्रदेश Blue Band	हिरवा Green	लाल Red	अवरक्त IR

वर वर्णन केलेल्या जोडणी पद्धतीपैकी कोणत्याही एका प्रकारात अंकीय प्रतिमा उपभोक्त्यास प्राप्त करून दिल्या जातात.

अंकीय प्रतिमांचे वाचन व वर्णन

(Interpretation of Digital Imgery)

अंकीय सांख्यिकीचे काही विशिष्ट गुणधर्म असतात. त्यामुळे अंकीय प्रतिमांचे वाचन वर्णन करतांना त्यात थोडे फेरबदल करावे लागतात.

प्रतिमाप्रत वृद्धी (Image Enhancement)

या प्रक्रियेत प्रतिमेचे दृष्यरूप सुधारण्याचा प्रयत्न केला जातो. अतिशय मर्यादित कसोट्या (criteria) वापरून ही प्रक्रिया केली जात असल्यामुळे, एका प्रतिमेच्या प्रत वृद्धीची पद्धत दुसऱ्या प्रतिमेसाठी वापरता येईल असे सांगता येत नाही. शिवाय, मूळ प्रतिमेतील सांख्यिकीची पूर्णता किंवा अखंडता (Integrity) लक्षात न घेताच ही प्रतिमा प्रक्रिया केली जाते. त्यामुळे प्रतिमेचे दृष्य रूप सुधारले तरी मूळ प्रतिमेतील ऊर्जा दर्शक अंक व त्यांचा पृष्ठावरील घटनेशी असलेला संबंध नेमका कळू शकत नाही. याच कारणामुळे प्रतिमा प्रत वृद्धीनंतर ती प्रतिमा पुढील पृथक्करण तंत्रासाठी वापरली जात नाही. त्यासाठी मूळ प्रतिमाच पुन्हा लक्षात घ्यावी लागते. या प्रक्रियेचे मुख्य प्रकार पुढीलप्रमाणे,

अ) विसंगता (विषमता) वृद्धी : (Contrast Enhancement) यामध्ये

मुख्यत: उजळपणा (Brightness) दर्शक अंकातील तफावत किंवा Range पाहिली जाते. अंकीय आकडेवारीतील ही तफावत, बरेच वेळा मनुष्याच्या दृष्टीस लक्षात येत नाही. ती लक्षात येण्यासाठी, प्रतिमेतील अंकीय तफावत पुनर्प्रमाणित (Rescale) करावी लागते. एखाद्या प्रतिमेत ० ते ६३ (6 bits) एवढीच अंकीय तफावत असल्यास ती प्रतिमा निकृष्ट विसंगता (poor contrast) दर्शविते. विसंगतावृद्धी तंत्राने ही अंकीय तफावत ० ते २५५ (8 bits) इतकी वाढविली जाते. यामुळे प्रतिमा अर्थात उजळ होते व तिची प्रतही सुधारते.

प्रतवृद्धी प्रक्रिया बहुवर्णपटलीय (spectral) प्रतिमेतील (MSS) प्रत्येक वर्णपट्ट्यासाठी (Band) करता येते किंवा केवळ एकाच वर्ण पटलीय प्रतिमेसाठीही करता येते. यासाठी पुढील पद्धती सामान्यपणे वापरल्या जातात.

१) गाळणी प्रक्रिया (Filtering)

२) रेखीय वाढ (Linear stretching)

३) प्रतिमाकड वृद्धी (Edge enhancement)

४) वर्णपट गुणोत्तर (Band ratioing) व एनडीव्हीआय (NDVI)

५) वारंवारीता स्तंभालेखाचे समानीकरण Histogram equdisation

६) घनता पट्टीका Density slicing

१) गाळणी प्रक्रिया (Spatial Filtering) : या प्रक्रियेत अनेक चित्रांशात पसरलेल्या घटकांच्या प्रतिमेच्या दर्जात सुधारणा केली जाते. काही अंकांचे महत्त्व कमी करून हा परिणाम साधता येतो. यामुळे अनेक चित्रांशात पसरलेली प्रतिमा एकसंध दिसू लागते.

जेव्हा खूप मोठ्या प्रदेशातील चित्रांशांच्या अंकात बदल दिसतात तेव्हा कमी वारंवारीता असलेल्या चित्रांश संख्यांवर भर दिला जातो. यास Low Pass Filter म्हटले जाते. जेव्हा प्रतिमेतील चित्रांश अंक झपाट्याने बदलतात. तेव्हा High Pass filter तंत्र वापरले जाते.

या सर्व प्रक्रियेत 3x3, 5x5 किंवा 7x7 आकार असलेल्या चित्रांश रचनेचा प्रामुख्याने विचार केला जातो. या चित्रांश रचनांची (Pixel Matrices) सरासरी व मध्यगा काढून आकृतीत दाखविल्याप्रमाणे प्रतिमाप्रतवृद्धी साधता येते. (आ. ४४, ४५)

२) रेखीय विसंगता वाढ (Linear Contrast Stretching) : संगणकात 0-255 इतक्या विस्तृत अंक प्रदेशात प्रतिमा दिसू शकते. प्रत्यक्षात

पृथ्वीपृष्ठावर इतक्या टोकाचा उजळपणा किंवा गडदपणा असलेला प्रदेश किंवा घटक (features) नसतात. त्यामुळे पृथ्वी पृष्ठावरील घटकांच्या प्रतिमेत या अंक संख्यातील काही मर्यादित अंक संचच आढळतात.

रेखीय विसंगता वाढ तंत्रात, या मर्यादित अंक संचांची पसरण 0-255 इतक्या एकूण उपलब्ध सर्वच अंकात केली जाते. यामुळे प्रतिमा वृद्धी सहजपणे घडून येते.

आकृतीत दाखविल्याप्रमाणे ही सर्व प्रक्रिया केली जाते. अंकाचा वर्ग, त्यांचे वर्गमूळ, त्यांचे घातांक वापरून रेखीय स्वरूपात नसलेली (Non Liner) विसंगता वाढही करता येते. (आ. ४६, ४७, ४८, ४९)

३) कड वृद्धी (Edge enhancement) : या तंत्राने विविध वैशिष्ट्यांतील सीमा रेषांची त्यांच्या उजळपणानुसार वृद्धी केली जाते. प्रतिमेचे नियोजन, अनावश्यक गोष्टी यामुळे या सीमारेषा बरेच वेळा धूसर असतात किंवा अस्पष्ट असतात. त्या स्पष्ट करणे गरजेचे असते. आकृतीमध्ये ही प्रक्रिया कशी करतात ते दाखविले आहे. (आ. ४३)

४) वर्णपट गुणोत्तर (Band Ratioing) : एका वर्णपटातील चित्रांक मूल्य यांच्या गुणोत्तराने प्रतिमा प्रतवृद्धी करता येते. सौर उर्जेमुळे प्रतिमेतील उजळपणात जो कमीअधिकपणा आलेला असतो, तो या प्रक्रियेमुळे कमी करता येतो. (आ. ५१)

याच प्रक्रियेचा वापर करून, प्रदेशातील सशक्त वनस्पती प्रदेश (Healthy Vegetation) ओळखण्यासाठी NDVI प्रतिमा (Normalised Difference Vegetation Index) मिळवता येते. (आ. ५०)

५) वारंवारिता स्तंभालेखाचे समानीकरण (Histogram equalization): मूळ प्रतिमेतील उजळपणाचे निर्देशक अंक, उपलब्ध सर्व अंकात पसरवून (० ते 255) उजळपणा अंकांच्या वारंवारितेत सारखेपणा आणला जातो. साधारणपणे ही प्रक्रिया एकाच वर्णपटासाठी केली जाते. म्हणजे प्रत्येक वर्णपटासाठी हे समानीकरण करता येते.

६) घनता पट्टीका (Density Slicing) : यात, प्रतिमेतील उजळपणा निर्देशक अंकाचे विविध गटात वर्गीकरण केले जाते. त्यानंतर प्रत्येक गटाचे एका विशिष्ट रंगाने निर्देशन केले जाते. यामुळे वने, जलाशये, मोकळी जागा अशा वैशिष्ट्यांचे अस्तित्व स्वतंत्रपणे दिसून येण्यास मदत होते. (आ. ४२)

□□

परिशिष्ट १

इंटरनेटवर जी. आय. एस.

संगणक तंत्रज्ञानाच्या कक्षा गेल्या काही वर्षांपासून झपाट्याने रुंदावत आहेत. माहिती तंत्रज्ञानाच्या या युगात ज्ञानाची भांडारे सर्वसामान्यांपर्यंत नेऊन त्यांच्यासाठी खुली करण्याचे प्रयत्न जगभरात चालू आहेत. त्याचाच एक क्रांतिकारक अविष्कार म्हणजे ई-जी. आय. एस. पूर्णपणे भिन्न, पण विलक्षण ताकदीची तंत्रे एकत्र आणल्यामुळे जी जबरदस्त वैज्ञानिक क्रांती होऊ शकेल, तिचे हे मूर्तिमंत उदाहरण!

जी. आय. एस. (भौगोलिक माहिती प्रणाली) हे तंत्रज्ञान इंटरनेटच्या आधीचे. साधारणपणे १९८० ज्या सुमारास जी. आय. एस. तंत्रज्ञानाने, खूप मोठी आकडेवारी असलेल्या विविध क्लिष्ट समस्यांचे पृथक्करण करण्यास सुरुवात केली आणि व्यवस्थापन, नियोजन व निर्णयप्रक्रियेचे सगळे संदर्भच बदलून गेले. ज्या कामांसाठी अनेक वर्षे लागत होती, ती आकडेवारीच्या पृथक्करणाची, मानचित्रीकरणाची (मॅपिंग) व रेखाटनाची कामे निमिषार्धात होऊ लागली. संशोधक, अभियंते व नियोजक यांना आकाश ठेंगणे झाल्यासारखी परिस्थिती निर्माण झाली.

जी. आय. एस. तंत्रज्ञान तसे महागडे-काही श्रीमंत संस्था, विद्यापीठे, अनुसंधाने यांच्याच आवाक्यात असलेले. मात्र इंटरनेट हे सामान्य माणसापर्यंत सहजगत्या पोचलेले, सहज वापरता येण्यासारखे (User Friendly) तंत्रज्ञान, इंटरनेटचा वापर करण्याकरिता महागड्या संहिता (सॉफ्टवेअर) विकत घेण्याची गरज नाही. एखादा संगणक आणि इंटरनेट संपर्काची योजना एवढ्या भांडवलानंतर, जगातल्या कानाकोपऱ्यात घडणाऱ्या सर्व प्रसंगांची व माहितीची दारे वापर करणाऱ्यांसमोर सताड उघडली गेली. हळुहळू कोपऱ्या-कोपऱ्यावरच्या चहाच्या दुकानासारखी, इंटरनेट सेवा पुरविणारी सायबर कॅफे सर्वत्र उभी राहिली आणि जे जग उंबरठ्यापर्यंत आले होते, ते एकदम घरातच येऊन पोचले.

याचा परिणाम असा झाला की, जी. आय. एस. तंत्रज्ञानला, त्याचे दरवाजे जनसामान्यासाठी उघडणे क्रमप्राप्त झाले आणि जी. आय. एस. व इंटरनेटाच्या संयुक्त सहभागामुळे उपलब्ध होणाऱ्या ज्ञानभांडाराचा विचार करून ई-जी. आय.

एस. किंवा इंटरनेट जी. आय. एस. ची मुहूर्तमेढ रोवली गेली.

इंटरनेटची सुरुवात साध्या-सोप्या अशा हायपर टेक्स्ट मार्कअप लँग्वेज (HIML) या, माहितीचे आदानप्रदान (ट-ान्सफर) करू शकणाऱ्या जोडपरिभाषेतून (लिंक लँग्वेज) झाली; पण इंटरनेट जी. आय. एस. करीता याहून अधिक प्रगत अशा संपर्कभाषेची गरज होती.

भारतात इंटरनेटची सुरुवात १९९४ पासूनच झाली. आज भारतात याचा खूपच मोठा प्रसार झालेला आहे. या तंत्राचे महत्त्वही सगळ्यांच्या लक्षात आले आहे. आज इंटरनेटवर दर सहा सेकंदांना एक याप्रमाणे दररोज नवनवीन वेबसाईट्स उपलब्ध होत आहेत. इतक्या विलक्षण वेगाने वाढणाऱ्या इंटरनेटवर जम बसविण्यासाठी त्या प्रकारचे जी. आय. एस. प्रोग्राम बनविणे गरजेचे बनले; कारण मुळातच ही दोन्ही तंत्रे एकमेकांपेक्षा खूपच भिन्न व्यक्तिमत्त्वाची आहेत.

जी. आय. एस. संहिता मिळविणे, हे तिच्या भरमसाट किंमतीमुळे सामान्य माणसाला शक्यच नसते. त्या मानाने इंटरनेट सेवा खूपच आवाक्यातली आहे. जी. आय. एस.चा वापर त्या-त्या क्षेत्रातील निष्णात व बुद्धिमान लोकांपुरताच मर्यादित राहिलेला आहे. जी. आय. एस.मुळे होणारे फायदे, त्यावर आधारित निर्णय व त्यातून उपलब्ध होणारे निष्कर्ष हे मर्यादित, नियंत्रित व अनेक वेळा 'अदृश्य' स्वरूपाचेच असतात. सगळ्यांनाच ते उपलब्ध करून दिले जात नाहीत आणि ज्यांच्याकडे ते खरेदी करण्याचे आर्थिक पाठबळ आहे, त्यांना ते सहजगत्या मिळू शकतात. इंटरनेटचा वापर करण्यासाठी व्यक्ति त्यासाठी अगदी निष्णातच असली पाहिजे असे नाही. संगणकाच्या जुजबी माहितीवरही इंटरनेट सेवेचा लाभ घेता येतो.

इंटरनेटवर माहिती व सांख्यिकीचा ओघ वाढला की जी. आय. एस.च्या तंत्राचा वापर करून त्या माहितीचे पृथक्करण करणे व त्याचे विविध क्षेत्रांत उपयोजन (Application) करणे, अधिक परिवर्तनशील व नवीन कल्पना सुचविणे आणि देशाच्या सर्वांगीण प्रगतीस हातभार लावणे, हे सगळे शक्य होईल.

भरपूर सांख्यिकीचा साठा करून ठेवल्यास, वापर करणारा केव्हाही त्याचा उपयोग करून त्यासंबंधी जी. आय. एस. वर आधारित निष्कर्ष काढू शकेल आणि हे निष्कर्ष किंवा त्या अनुषंगाने झालेले संशोधन पुन्हा वेबसाईटमार्फत प्रसारित करून इतरांपर्यंत पोचवू शकेल.

ई-जी. आय. एस. चा एक महत्त्वाचा फायदा असा की, जी. आय. एस. मोठमोठ्या प्रयोगशाळा, संस्था व कंपन्यांतून बाहेर पडले व सामान्यांपर्यंत पोचले.

जी. आय. एस. समुदायासाठी (जी. आय. एस. कम्युनिटी) समाजाभिमुख होण्याची ही फार मोठी संधी असून, त्याचा हा समुदाय किती उपयोग करून घेतो हे महत्त्वाचे! अनेक जणांना, ई-जी. आय. एस.ला फार मोठे यश मिळणार नाही असे वाटते; कारण त्यांना, या सगळ्या प्रयोगात जी. आय. एस. कम्युनिटी सहजपणे सहभागी होणार नाही असे वाटते. इंटरनेट तंत्रांची मूलभूत वैशिष्ट्ये लक्षात घेऊन आज काही जी. आय. एस. कंपन्यांनी त्याच्या जी. आय. एस. संहिता पुनर्रेखित केल्या आहेत. मॅप एक्स्ट-ीम, कॅडकॉर्प, जीओमिडिया, मॅप्टिट्यूड यांसारख्या इंटरनेट जी. आय. एस. प्रणाली आज उपलब्ध आहेत. जी ओटूल्स, पी एम एस, ओपनमॅप्स अशा काही संहिता तर इंटरनेटवर विनामूल्य उपलब्ध आहेत.

उपलब्ध संहिता सर्वच वेबसाईटवर, नकाशे व वापर करणारा यामध्ये सहज व मूलभूत सहसंबंध स्थापन होऊ शकेल, याची काळजी घेतात. झूमिंग, पॅनिंग व गुणविशेष ही माहितीही उपलब्ध करून देतात. इंटरनेट जी. आय. एस. वापर करताना, आपल्या क्वेरीज (हवी असलेली माहिती) संगणकामार्फत वेब सर्व्हरकडे पाठविल्या जातात. इथून त्या ॲप्लिकेशन सर्व्हरकडे पोचविल्या जातात. ॲप्लिकेशन सर्व्हर क्वेरीचा अभ्यास करून मॅप सर्व्हरकडून त्याचे उत्तर शोधतो, त्यानंतर ॲप्लिकेशन सर्व्हर त्याचे रूपांतर एचटीएमएल या इंटरनेट परिभाषेत करतो व वापर करणाऱ्याकडे पोचवितो. सध्या तरी ही उत्तरे, टिआयएफ (TIF) किंवा जेपीईजी (JPEG) या स्वरूपातच (फॉर्मेट) मिळतात.

या सर्व तंत्रज्ञानात आज जाणवणारी महत्त्वाची त्रुटी म्हणजे सांख्यिकीचा तुटवडा! ई-जी. आय. एस. वापरणारा अजूनही स्वत:ला हवी ती माहिती आयात (Import) करू शकत नाही. भविष्यात ही उणीव नक्कीच दूर होईल आणि ई-जी. आय. एस.ची उपयुक्तता नक्कीच वाढेल. आज पॅनिंग व झूमिंग यापेक्षा अधिक काही होत नसल्यामुळे व भौगोलिक माहितीप्रणाली संग्रहित करून ठेवण्याची विशिष्ट परिभाषा आज उपलब्ध नसल्यामुळे, फारसा उपयोग होऊ न शकणारा पण माहितीचे सुप्त भांडार असलेला एखादा नकाशा ई-जी. आय. एस.मुळे मिळतो.

भौगोलिक माहितीप्रणालीच्या संग्रहाकरीता, विशेषत: भौगोलिक घटकांच्या वैशिष्ट्यांकरिता व आकार, मितीमापनाकरिता जीऑग्राफी मार्कअप लँग्वेजसारख्या परिभाषांच्या निर्मितीचा विचार चालू आहे. अशी परिभाषा उपलब्ध होऊ शकल्यास भविष्यात ई-जी. आय. एस. हे संयुक्त तंत्रज्ञान, अमर्याद तंत्र म्हणून वापरले जाईल. □□

परिशिष्ट २
स्थलरुपिक नकाशे

माहिती व तंत्रज्ञानाच्या सध्याच्या युगात अजूनही कोणत्याही प्रदेशाच्या बहुमूल्य आणि अचूक माहितीसाठी भारतीय सर्वेक्षण विभागाने तयार केलेली स्थल-भूदृश्य निर्देशक मानचित्रेच (सर्वे ऑफ इंडिया टोपोग्राफिकल मॅप्स) अधिक उपयुक्त आहेत, असे लक्षात येते.

कोणत्याही नियोजन व व्यवस्थापन प्रकल्पात या नकाशांचा वापर अनिवार्य असतो. एवढेच नव्हे, तर आजच्या जी. आय. एस. प्रणालीमध्येही हेच नकाशे मूलभूत व आधार माहितीकरता वापरावे लागतात.

शहराचे नकाशे, पर्यटन नकाशे, रस्ते व रेल्वे मार्गांचे नकाशे, पुराभिलेख यांसारख्या असंख्य प्रकारच्या मानचित्र निर्मितीकरता स्थलनिदेशक नकाशाचा आधार घेतल्यास त्यांची अचूकता खूपच वाढते.

भारतीय सर्वेक्षण विभागाची १९६७ मध्ये स्थापना झाली. तेव्हापासून अनेक प्रकारच्या श्रेणीमध्ये हे नकाशे प्रकाशित करण्यात आले आहेत. यांतील भारत व आजूबाजूच्या देशांच्या सर्वेक्षण नकाशांच्या मालिकेत भारतातील भूभागाच्या सर्वेक्षणाचे नकाशे समाविष्ट आहेत. यातही अनेक सुधारणा करण्यात आल्या व आज भारतीय स्थल भूरूप निर्देशक मानचित्रे अतिशय महत्त्वाचा माहिती साठा म्हणून अनेक क्षेत्रात वापरण्यात येत आहेत.

डेहराडून येथे या नकाशांच्या अत्यंत शास्त्रशुद्ध आणि अचूक निर्मितीचे संपूर्ण काम चालते. देशाच्या संरक्षणाच्या दृष्टीने भूप्रदेशाची बारीकसारीक माहिती देणारे हे नकाशे निर्बंधित असतात. ज्या प्रदेशांच्या नकाशांचा वापर केल्यामुळे देशाच्या सुरक्षिततेला बाधा येणार नाही, अशा काही प्रदेशांची मानचित्रे उपलब्ध असतात व ती भारतीय सर्वेक्षण विभागात नाममात्र किंमतीस उपलब्ध करून दिली जातात. देशाच्या सीमावर्ती प्रदेशाचे व किनारी प्रदेशांचे नकाशे मात्र पूर्णपणे निर्बंधितच असतात.

भूप्रदेशाच्या उंचसखलपणाचे नेमके निर्देशक हा या मानचित्रांचा एक ठळक गुणधर्म आहे. अचूक भौमितीय मापन व सर्व घटनांचे कलात्मक व आकर्षक निर्देशन यांमुळे या मानचित्रांची वाचनीयता, उपयुक्तता व सौंदर्य खूपच

वाढले आहे.

उंचसखलपणाची नेमकी कल्पना सहजपणे करता यावी, याकरता हँच्युअर्स, रंगछटा यांसारख्या तंत्रांचाही कल्पक समावेश या नकाशा निर्मितीत केला जातो.

उंचीचे निर्देशन या नकाशांत समोच्च रेषांच्या साहाय्याने केलेले असते. या तंत्रामुळे दोन ठिकाणांच्या माहीत असलेल्या उंचीच्या साहाय्याने त्यांच्या दरम्यान असलेल्या स्थळांची उंची ठरवता येते. डोंगराळ प्रदेशातील व युद्धजन्य परिस्थितीत सीमा रेषेवरील पर्वत प्रदेशातील विविध ठिकाणांमधील आंतरदर्शनीयता ठरवता येते. धरणे बांधण्याच्या नेमक्या जागा नक्की करणे, संभाव्य पूर प्रदेश ओळखणे, रस्ते यांचे मार्ग आखणे, अशा अनेक महत्त्वपूर्ण निर्णयात या नकाशांचा वापर केला जातो. स्थल भूरूप निर्देशक नकाशात दाखविलेल्या विविध ठिकाणांची, नद्यांची, जलाशयांची, वस्त्यांची नावे एका विशिष्ट पद्धतीनेच छापलेली असतात. शिवाय अक्षरांचा आकार, लिहिण्याची पद्धत, त्यांचे विशिष्ट स्थान यामुळेही या नकाशांवरील लिखाणाचा सुबकपणा वाढलेला आहे. साधारणपणे नद्या, पर्वत यांसारख्या प्राकृतिक घटकांची नावे उभी तर खेडी, रस्ते, कालवे अशा मानवनिर्मित घटनांची नावे तिरकी लिहिलेली असतात. यामुळे अपरिचित प्रदेशाच्या नकाशा वाचनात अडथळा येत नाही. गावांची व नद्यांची नावे केवळ लिहिण्याच्या पद्धतीवरून वेगळी करता येतात. सर्व अक्षरे भूरूपाला समांतर छापलेली असतात. वस्त्यांची नावे, वसतिस्थानाच्या उजवीकडे तर जलाशयांची त्यांच्या आत अथवा बाहेर लिहिलेली असतात. त्यामुळे जलाशयांचे किनारे भेदून ही अक्षरे जात नाहीत.

नकाशाच्या उत्तरेकडच्या समासात देशांचे, जिल्ह्यांचे, तालुक्याचे नाव, नकाशा निर्बंधित असल्यास त्याचा उल्लेख, सर्वेक्षणाचे वर्ष, संदर्भ जाळी असल्यास तसा उल्लेख व नकाशाचा निर्देशक (इंडेक्स नंबर) असतो.

दक्षिण समासात नकाशात वापरलेल्या सांकेतिक खुणा व चिन्हांची यादी, नकाशाचे प्रमाण, समोच्च रेषांतर व काही विशिष्ट तळटिपांचा समावेश असतो.

हे नकाशे विविध प्रमाणांवर प्रसिद्ध केले जातात, प्रत्येक नकाशाचे प्रमाण, त्यात समाविष्ट असलेल्या भूप्रदेशाचा अक्षवृत्तीय-रेखावृत्तीय विस्तार, समोच्च रेषांतर यांचा एकमेकांशी नेमका संबंध असतो. प्रत्येक नकाशाला एक स्वतंत्र नावही दिलेले असते. भारताचा बहुतांशी भूभाग १:५०,००० या प्रमाणावरील

सर्वेक्षण नकाशात आज उपलब्ध आहे. याहीपेक्षा मोठ्या म्हणजे १:२५,००० या प्रमाणावर, १० मीटर समोच्च रेषांतर असलेले नकाशेही आज उपलब्ध आहेत. या सर्वच मानचित्रांत असलेल्या माहितीचा साठा इतका प्रचंड आणि विलक्षण आहे की, अल्पावधीत नकाशाचा सविस्तर अभ्यास करणे केवळ अशक्य व्हावे.

□□

परिशिष्ट ३
हवाई छायाचित्रण

हवाई छायाचित्रण (एरिअल फोटोग्राफी) हे भूप्रदेशाच्या सर्वेक्षणाचे एक प्रभावी व अचूक तंत्रज्ञान आहे. भूपृष्ठावरील विविध प्रदेशांच्या उंचीची आणि खोलीची नेमकी कल्पना देण्याची या तंत्राची कुवत खरोखरच आश्चर्यकारक आहे. आपल्या नजरेतून एखादे वेळी एखादी लहानशी गोष्ट निसटून जाऊ शकेल; पण हवाई छायाचित्रणातून मिळणाऱ्या छायाचित्रात सर्वच्या सर्व प्रदेश-छायाचित्र जेव्हा घेतले तेव्हा अस्तित्वात असलेल्या लहान-मोठ्या सगळ्या गोष्टींसह-आपल्याला दिसू शकतो. विशेष म्हणजे या छायाचित्रातून सगळा प्रदेश आपण त्रिमित स्वरूपात (थ्री-डायमेन्शनल) वाचू शकतो, ही या तंत्राची खूप मोठी ताकद आहे आणि त्रिमित चित्र (स्टिरिओस्कोपिक व्ह्यू) हेच खरे तर या तंत्राचे महत्त्वाचे अंग आहे.

आज उपग्रह तंत्रज्ञानाच्या युगात उपग्रहाच्या साहाय्याने सगळ्या पृथ्वीचे हरघडी चित्रण चालू आहे आणि त्यातून भरपूर माहिती संशोधकांना मिळते आहे. त्याचा वापरही दिवसेंदिवस नियोजन, व्यवस्थापन व भूमी उपयोजन सर्वेक्षणात वाढतो आहे. हवाई छायाचित्रण हे अर्थातच उपग्रह दूरसंवेदनापेक्षा (सॅटेलाईट रिमोट सेन्सिंग) जास्त उपयुक्त आहे; कारण हे चित्रण कमी उंचीवरून केले जात असल्यामुळे पृथ्वीचे बारीकसारीक विवरण (डिटेल्स) अशा छायाचित्रांत सहजपणे मिळते. यामुळे लहान-लहान भूभागांचे अचूक मानचित्रीकरण (मॅपिंग) करता येते. विशेषत: विस्तृत भूभागावरील ठळक भूशास्त्रीय (जिओग्राफिकल) व पृष्ठआवरण (लँड कव्हर) घटनांच्या मापनाकरिता या चित्रांना आज तरी पर्याय नाही; परंतु साधारणपणे ९०० किलोमीटर उंचीवरून घेतलेल्या प्रतिमांमध्ये विवरण क्षमतेवर (डिटेलिंग) मर्यादा असणेही क्रमप्राप्तच आहे. माहितीच्या सांख्यिकीकरणारे (डिजिटायझेशन) प्रतिमांच्या अभ्यासातली ही अडचण आपण कमी केली असली, तरी हवाई छायाचित्रणाइतकी अभ्यासातली सुलभता त्यात येऊ शकत नाही.

हवाई छायाचित्रे जास्त उपयुक्त असूनही त्यांचा वापर मात्र उपग्रह प्रतिमांपेक्षा कमीच होताना दिसतो. यांचे मुख्य कारण म्हणजे छायाचित्रांची

अनुपलब्धता, त्यांवरील निर्बंध व त्यांच्या न परवडणाऱ्या किंमती! दुसरी महत्त्वाची गोष्टी म्हणजे प्रतिमांचे जसे सहजत: दृष्टि-वाचन (व्हिज्युअल इंटरप्रिटेशन) करता येते, तसे हवाई छायाचित्रांच्या बाबतीत होत नाही.

त्रिमित स्वरूपात प्रदेश दाखवू शकतील. अशा दोन छायाचित्रांची जोडी (स्टिरिओ पेअर), त्रिमितदर्शी (स्टिरिओस्कोप) या उपकरणाशिवाय वाचता येत नाही. त्यामुळे त्रिमितदर्शीसारख्या उपकरणाची या तंत्रात मूलभूत गरज आहे. छायाचित्रांची ही जोडी ठराविक अंतरावर ठेवून किंवा जोडून (स्टिरिओग्राम) आपल्या डोळ्यांवर ताण येतो व बघण्याची क्रिया जास्त काळ करणे शक्य होत नाही. यास सॉसेज इफेक्ट असे म्हटले जाते. त्रिमितमापी नसेल तर केवळ हवाई छायाचित्रांचा फारसा फायदा होऊ शकत नाही.

एकदा त्रिमितमापीतून त्रिमित छायाचित्र दिसले की प्रदेशाची उंची, खोली, डोंगर उतार यासंबंधी गणित करून माहिती मिळविता येते. याकरिता त्रिमित पट्टी (स्टिरिओमीटर किंवा पॅरलॅक्स बार) चा वापर केला जातो.

त्रिमित दृष्टी व त्रिमितीचे ज्ञान ही दोन्ही हवाई छायाचित्रण तंत्राची पायाभूत अंगे आहेत. आपल्याला दोन डोळ्यांच्या साह्याने आपल्यापासून कमीअधिक अंतरावर असलेल्या वस्तूतील खोलीचे व दूरत्वाचे ज्ञान (डेप्थ पर्सेप्शन) नेमकेपणे होऊ शकते. हेच तत्त्व वापरून हवाई छायाचित्रे घेतली जातात.

अनुलंब (व्हर्टिकल) दिशेने घेतलेल्या जवळजवळच्या दोन हवाई छायाचित्रांत भूपृष्ठाच्या काही भागाची अग्रगामी दिशेने (फॉरवर्ड डिरेक्शन) द्विरुक्ति होईल (ओव्हरलॅपिंग) याची काळजी घेतली जाते. पुनरावृत्ती किंवा द्विरुक्ति झालेला भाग सामान्यपणे ६० टक्के असतो. असे छायाचित्रण जास्तीत जास्त २० किलोमीटर उंचीवरून करता येते. हवेच्या किंवा वातावरणाच्या पृष्ठभागाजवळच्या थरात उत्सर्जन, उर्ध्वगामी हवेचे संचलन, मेघनिर्मिती या घटना घडतात. त्यामुळे कमी उंचीवरून केलेल्या हवाई छायाचित्रणात खूपच काळजी घ्यावी लागते.

हवाई छायाचित्रांचा वापर मुख्यत: भूपृष्ठाचे मापन, भूमी उपयोजन नकाशे, ऐतिहासिक व प्रागैतिहासिक (हिस्टॉरिक व प्रिहिस्टॉरिक) ठिकाणांचे सर्वेक्षण, शेती / मृदा यांसंबंधीचे नकाशे, अरण्ये, खनिज कर्म (मायनिंग), शहरी व ग्रामीण वस्त्यांचे आणि औद्योगिक प्रदेशांचे नकाशे यासाठी केला जातो.

युद्धजन्य परिस्थितीत दूरसंवेदन (रिमोट सेन्सिंग) तंत्राला अनन्यसाधारण

महत्त्व आहे. रात्रीच्या वेळी दोन किलोमीटर उंचीवरून दुर्गम आणि उंच-सखल डोंगराळ अशा हिमालयासारख्या उंच शिखरात दडून बसलेल्या शत्रूच्या सैनिकांच्या छावण्याचे औष्णिक संवेदन (थर्मल इमेजिंग) पद्धतीने शोधन (डिटेक्शन) करता येते. औष्णिक संवेदन करणारे उपकरण साधारणपणे ३० किलोग्रॅमपेक्षा कमी वजनाचे असते. शत्रूचे बंकर केवळ २००० मीटर उंचीवरूनही शोधणे यामुळे शक्य होते. बंकरमध्ये निद्रिस्त असलेल्या सैनिकांना तर फक्त ६०० मीटरच्या उंचीवरून शोधता येते. त्यांच्या शरीरातून उत्सर्जित होणाऱ्या औष्णिक ऊर्जेच्या संवेदनामुळे हे शक्य होते.

औष्णिक संवेदनाऐवजी केवळ हवाई छायाचित्रण कमी उंचीवरून केल्यामुळे युद्धजन्य परिस्थितीत शत्रूच्या हल्ल्यांची ठिकाणे, छावण्या, क्षेपणास्त्रानिर्मिती केंद्रे यांचा शोध घेता येतो. यास सैनिकी पर्यवेक्षण (मिलिटरी फोटो रेकनेसन्स) असे म्हटले जाते.

हवाई छायाचित्रणाचे तंत्र हे अतिशय शास्त्रशुद्ध व अचूक असल्यामुळे, तसेच ते खर्चिकही असल्यामुळे, छायाचित्रण करण्यापूर्वीच त्यासंबंधी सर्व गोष्टी नक्की कराव्या लागतात. यात छायाचित्रण करावयाचा भूभाग (एरिआ), छायाचित्रणाचा उद्देश, प्रमाण (स्केल), प्रकार (टाईप) यांबरोबर छायाचित्रणासाठी वापरायचा हवाई कॅमेरा (एरिअल कॅमेरा), उड्डाण दिशा (फ्लाईट डिरेक्शन), छायाचित्रणाची वेळ व ऋतू या सर्वच गोष्टी महत्त्वाच्या असतात.

भारतात हवाई छायाचित्रणाचे प्रमाण १:१५,००० ते १:२५,००० आदर्श मानण्यात येते. ११,१५ व २१ सेंटिमीटर नाभीय लांबी (फोकल लेंग्थ) असलेले कॅमेरे वापरण्यात येतात. गडद सावल्यांमुळे, ढगांच्या आवरणामुळे आणि हवेतील धूसरपणामुळे छायाचित्रणात अडथळे येतात. त्यामुळे ज्या वेळी असे अडथळे येणारे नाहीत, अशा वेळी छायाचित्रण केले जाते.

भारतात छायाचित्रण करताना जवळजवळच्या दोन छायाचित्रांत ५५ ते ६५ टक्के भागाची उड्डाण द्विरुक्ति होईल, याची काळजी घेतली जाते. छायाचित्रणासाठी वापरलेली फिल्म काळजीपूर्वक निवडली जाते आणि छायाचित्रणाच्या वेळी उड्डाण उंची (फ्लाईंग हाइट), वायुभार, सूर्याची नती (इनक्लिनेशन), समतल पातळी (लेव्हल) या सर्व गोष्टींची नोंद केली जाते.

भारतात हवाई छायाचित्रणाची सर्व यंत्रणा केंद्रीय पद्धतीची असून

(सेंट-लाइज्ड सिस्टिम), त्याची जबाबदारी पूर्णपणे सर्व्हे ऑफ इंडियाकडे आहे. या पद्धतीमुळे भारतात उपलब्ध असलेल्या सर्व हवाई छायाचित्रांची माहिती, त्यांचे निर्देशांक, प्रमाण, छायाचित्रणाचा कालावधी ही सगळी माहिती एकत्रितपणे, एकाच ठिकाणी मिळते. यामुळे देशातील सर्व उड्डाण अनुसंधानामध्ये (एजन्सी) कामाची योग्य प्रकारे विभागणी करता येते व निर्बंधांचे पालनही होते.

भारतात सर्वप्रथम १९२० मध्ये आग्रा येथे हवाई सर्वेक्षणासंबंधीचे (एरिअल सर्व्हे) प्रयोग करण्यात आले. सर्व्हे ऑफ इंडियाने १९२३-२४ मध्ये इरावती नदीच्या त्रिभुज प्रदेशातील जंगलांचे हवाई सर्वेक्षण केले. खऱ्या अर्थाने हवाई छायाचित्रण हे मात्र १९२७ च्या जानेवारीत चितगावच्या अरण्य प्रदेशात करण्यात आले. या छायाचित्रांचे प्रमाण एक इंचास पाव मैल इतके होते. त्याआधी एप्रिल १९२६ मध्ये सिंधू नदीला आलेल्या पुराचे मूल्यमापन (असेसमेंट) स्काड-न लीडर मुनरो १२,००० फूट उंचीवरून केल्याचे उल्लेख आढळतात.

आज भारतात हवाई छायाचित्रणाचे काम इंडियन एअर फोर्स, इंडियन एअर सर्व्हे कंपनी व एन. आर. एस. ए. या उड्डाण अनुसंधानांमार्फत (फ्लाइंग एजन्सीज) केले जाते. आज उत्तम प्रतीच्या, दीर्घ नाभीय लांबी असलेल्या दीर्घिका वापरून १:३००० इतक्या मोठ्या प्रमाणावर छायाचित्रण केले जाते. आज रंगीत, कृतक रंगी (फॉल्स कलर) व बहुवर्णपटलीय (मल्टिस्पेक्ट-ल) छायाचित्रणातही आपण खूप प्रगती केली आहे.

हवाई छायाचित्रणाच्या क्षेत्रात भारत आज एक अग्रेसर राष्ट- असून हवाई छायाचित्रांचा वापरही अनेकविध क्षेत्रात केला जातो.

सर्व तऱ्हेच्या विकास योजना, भूरचना, मृदा, शेती, वने, भूजल, वस्त्या यांचे नियोजन, राष्ट-ीय मानचित्रण (मॅपिंग), पूरनियंत्रण, विपत्ती व्यवस्थापन (हझार्ड मॅनेजमेंट) यांसारख्या क्षेत्रातला हवाई छायाचित्रांचा हरघडी वाढता उपयोग भारताला खूपच फायदेशीर होत आहे.

□□

परिशिष्ट ४

उपग्रह प्रतिमा

आयआरएस या भारतीय उपग्रह मालिकेतील उपग्रहांनी पृथ्वीविषयी पाठविलेल्या महितीने दूरसंवेदन क्षेत्रात अक्षरश: क्रांती घडवून आणलेली आहे. या माहितीचा ओघ इतका प्रचंड आहे की, विज्ञानाच्या सदैव रुंदावणाऱ्या कक्षेची दखल घेणाऱ्या कोणालाही त्यापासून दूर राहणे शक्य नाही.

दूरसंवेदन हे एक अतिशय प्रगत असे तंत्रज्ञान आहे. भारत या तंत्रज्ञानात इतर पाश्चिमात्य देशांच्या इतकाच, किंबहुना काही बाबतीत त्यांच्याहीपेक्षा थोडा पुढेच आहे. आपल्या देशातील प्रचंड नैसर्गिक साधनसंपत्तीचा वेध घेणे या तंत्राच्या साह्याने आता खूपच सोईचे झाले आहे.

पृथ्वीच्या पृष्ठाभागावरील जंगले, वनस्पती, जलाशय, वाळवंटे यांसारख्या विविध गोष्टींवरून जेव्हा सूर्यप्रकाश, विद्युच्चुंबकीय प्रारणाच्या स्वरूपात परावर्तित किंवा विकिरीत होतो, तेव्हा परावर्तित प्रावरणात विविध तरंगलांबीचे प्रदेश ओळखता येतात. ज्या पदार्थावरून ही ऊर्जा परावर्तित होते, तो कशा प्रकारचा आहे यावर तरंगलांबीचे वितरण ठरते. पृथ्वीपृष्ठावरील एखाद्या भूप्रदेशाने उदाहरणार्थ एखाद्या जलाशयाने - सूर्यप्रकाशातील निळ्या, हिरव्या व लाल रंगाच्या तरंगलांबीची ऊर्जा पूर्णपणे शोषून घेतली व काहीच परावर्तित केली नाही, तर हा जलाशय काळ्या रंगाचा दिसतो. याउलट, वाळवंटासारख्या प्रदेशावरून सर्वच ऊर्जा परावर्तित झाल्यामुळे ते पूर्णपणे पांढरे दिसते. निळ्या व हिरव्या तरंगलांबीच्या ऊर्जेचे शोषण करणारी वस्तू फक्त लाल रंग परावर्तित करते व ती उपग्रहाने घेतलेल्या प्रतिमेवर लाल दिसते. उपग्रह प्रतिमा तंत्रज्ञानात मुख्यत: याच तत्त्वाचा वापर केलेला असतो. विविध संवेदके वापरून पृथ्वीवरील निरनिराळे भूप्रदेश, भूरूपे, भूआकार, शेतीखाली असलेल्या जमिनी, शहरे, नदीमार्ग, जंगलव्याप्त प्रदेश, क्षारयुक्त जमिनी, पूरग्रस्त भाग सहजपणे ओळखता येतात. त्यांचे मापन करणे व त्याच होणारे बदल अभ्यासणेही शक्य होते.

बहुमुखी प्रतिमानी (मल्टिपल इमेजिंग) ही या तंत्रातील नावीन्यपूर्ण कल्पना आहे. यात एकापेक्षा अधिक वर्णपटांत चित्रण, एकाच प्रदेशाचे अनेक ठिकाणांहून केलेले चित्रण, एकाच प्रदेशाचे अनेक दिवशी केलेले चित्रण व अनेक

कोनांतून केलेले चित्रण यांचा समावेश होतो.

दूरसंवेदनासाठी भूस्थिर व सूर्यानुगामी अशा दोन प्रकारचे उपग्रह वापरले जातात. भूस्थिर उपग्रह साधारणपणे ३६,००० किलोमीटर उंचीवर स्थिर असतात. यांचा उपयोग प्रामुख्याने हवामानासंबंधित घटकांच्या अभ्यासात केला जातो; कारण ते खूप उंचीवर स्थिर असतात. सूर्यानुगामी उपग्रह कमी, म्हणजे एक हजार किलोमीटर उंचीवर असतात. त्यांची कक्षा उत्तर-दक्षिण ध्रुवीय व वर्तुळाकृती असते. ते कमी उंचीवर असल्यामुळे पृथ्वीच्या पृष्ठाचे स्पष्ट चित्रण करू शकतात. पश्चिम-पूर्व फिरणाऱ्या पृथ्वीवरील एकाच रेखावृत्तावरील सर्व ठिकाणे साधारपणे एकाच वेळी चित्रित होऊ शकतात.

हैदराबाद येथील राष्ट-ीय दूरसंवेदन अनुसंधानाच्या वतीने, भारतीय उपग्रहांमार्फत मिळालेल्या माहितीचे संकलन, विश्लेषण, प्रसारण यासारखी कामे केली जातात. आयआरएस वन-ए, वन-सी, वन-डी, स्पॉट, लँडसॅट, नोवा आणि इ आर एस या उपग्रहावरून मिळालेल्या माहितीचे ग्रहण व विश्लेषण करणे आणि देशातील संशोधन व शैक्षणिक संस्थांना ही माहिती पुरविणे आदी महत्त्वाची कामे येथूनच होतात. तसेच महत्त्वाच्या विषयांवर प्रशिक्षण वर्गही घेतले जातात.

आयआरएस वन ए ते डी ही भारतीय उपग्रहांची एक महत्त्वपूर्ण मालिका आहे. आयआरएस मालिकेतील वन-ए हा उपग्रह १७ मार्च १९८८ रोजी, वन-बी २९ ऑगस्ट १९९१, वन-सी २८ डिसेंबर १९९५ तर वन-डी १९९७ च्या सप्टेंबर अखेरीस अंतराळात पाठविण्यात आला. रिसोर्ससॅट व कार्टोसॅट हे भारताचे नवीन उपग्रह आहेत.

एकापेक्षा एक वरचढ असणाऱ्या या उपग्रहांनी प्रचंड वेगाने माहिती गोळा करून पृथ्वीवरील शास्त्रज्ञांकडे पाठवायला सुरुवात केली आहे. दर २२ ते २४ दिवसांनी एकाच ठिकाणची अनेक चित्रणे, सांख्यिकी स्वरूपात, प्रतिमानांच्या स्वरूपात आणि त्रिमित स्वरूपात आता उपलब्ध आहेत. आपल्या देशातील नैसर्गिक संपदेचे मापन आता अगदी नेमके करणे सुलभ झाले आहे.

आपल्या नजरेला न दिसणाऱ्या अनेक लहान-मोठ्या घटना व गोष्टी उपग्रहांच्या डोळ्यांना दिसतात. त्यांच्या नजरेतून काही सुटू शकत नाही. चित्रण ज्या क्षणी झाले, त्या क्षणी त्या प्रदेशात जे जे काही अस्तित्वात होते, ते सर्वच्यासर्व आपल्यापर्यंत पोचविण्याचे काम ही प्रतिमाने इमानेइतबारे करीत असतात. त्यामुळेच त्यांची विश्वासार्हता भरपूर आहे. □□

परिशिष्ट ५

जागतिक स्थान निश्चिती (GPS)

विसाव्या शतकात वैज्ञानिकांनी आजपर्यंत कठीण आणि अशक्य वाटाव्या अशा ज्या कल्पनांना मूर्त स्वरूप दिले, त्यातली एक महत्त्वाची कल्पना म्हणजे, उपग्रहांच्या सहाय्याने, पृथ्वी पृष्ठावरील कोणत्याही ठिकाणाचे नेमके स्थान मिळविणे, ही आहे. शास्त्रीय परिभाषेत या तंत्राला जीपीएस म्हणजे ग्लोबल पोझिशनिंग सिस्टिम असे म्हटले जाते. विसाव्या शतकातले हे तंत्रज्ञान आज अतिशय प्रगत अवस्थेला जाऊन पोचलेले आहे. त्यामुळे एकविसाव्या शतकात याचा जास्तीत जास्त उपयोग करून घेणे शक्य आहे. जगभरातले वैज्ञानिक त्यांच्या क्षेत्रात जीपीएस तंत्राचा उत्तम प्रकारे उपयोग करून घेऊ लागलेले आहेत. जी. आय. एस.मधे सांख्यिकी मिळवण्यासाठी जीपीएसचा खूपच फायदा होतो.

जीपीएस तंत्रज्ञानाचा मुख्य उपयोग पृथ्वी पृष्ठाचे नेमके सर्वेक्षण करण्यासाठी होत असला, तरी या तंत्राचा आवाका खूपच मोठा असल्याचे वैज्ञानिकांच्या लक्षात आल्यामुळे त्याची उपयुक्तता आणखी कशी वाढेल, या दिशेने ते कार्यरत आहेत. सर्वेक्षणाच्या विशेषत: स्थाननिश्चितीच्या इतिहासात एक नवीन अध्याय निर्माण करण्याची प्रचंड ताकद या तंत्रज्ञानात आहे, यात शंका नाही.

पृथ्वीभोवती जीपीएस उपग्रह, विषुववृत्तावर २०,२०० कि.मी. उंचीवर ६३ अंशांत कललेल्या कक्षेत, १४५.४२ मेगाहर्ट्झ कंप्रतेत (फ्रिक्वेन्सी) कार्यरत आहेत. ७८० कि.ग्रॅम वजनाचे हे उपग्रह सूर्यगामी (सन सिनक्रॉनस) व पृथ्वीलक्षी (अर्थ पॉइंटिंग) आहेत. ग्लासनोस उपग्रह रशियन असून, हेही याच कंप्रतेत पण १९,९०० कि.मी. उंचीवर व ६४.८ अंशांत कललेल्या कक्षेत कार्यरत आहेत.

उपग्रहावर असलेल्या अणू घड्याळापासून (ॲटॉमिक क्लॉक) मिळणारे, अत्युच्च अचूकपणा (व्हेरी हाय प्रिसिजन) असलेले काल संकेत (टाईम सिग्नल्स) हे उपग्रह प्रेषित (ट-न्समिट) करतात. अणू घड्याळे ठराविक कालांतराने पृथ्वीवरील नियंत्रण केंद्राकडून ठाकठीक केली जातात. अवकाशातील कोणत्याही दोन किंवा त्यापेक्षा जास्त जीपीएस उपग्रहांकडून पाठविल्या गेलेल्या संकेतांतील काल फरकावरून (टाईम डिफरन्स) पृथ्वीवरील संकेत प्राप्तकाला (रिसीव्हर) त्याचे नेमके स्थान गणिती पद्धतीने शोधता येते. अस्थिर वस्तूंचा वेग

हवा असेल, तर स्थानबदलांच्या दराची (रेट ऑफ चेंज) गणना करूनही तो ठरवता येतो. स्थाननिश्चिती ही अक्षांश, रेखांश व उंचीच्या संदर्भात केली जाते.

प्राप्तकामध्ये (रिसीव्हर) क्वार्टझचे घड्याळ बसवलेले असते व उपग्रहातील आणि प्राप्तकातील अशा दोन्ही घड्याळाचे समकालीकरण (सिंक्रोनायझेशन) होणे आवश्यक असते. प्राप्तकांचे साधारणत: दोन प्रकार असतात. परिवहन प्राप्तके (नॅव्हिगेशनल रिसीव्हर्स) व भूमापी प्राप्तके (जिओडॅटिक रिसीव्हर्स). दोन्हींचा उद्देश अंतराची गणना करणे व स्थाननिश्चितीकरता निर्देशक संदर्भअक्ष (कोऑर्डिनेटस्) मिळवणे हाच असतो. पृथ्वीवरील अज्ञात (अनूनोन) स्थळ व उपग्रहांनी भाकित केलेले स्थान यातील अंतर मोजून अज्ञात स्थळाचे नेमके स्थान त्रिकोणमितीय पद्धतीने शोधले जाते.

प्राप्तकाचे उपयोजन (ॲप्लिकेशन) व त्यांची कंप्रता यानुसारही प्राप्तकांचे विविध प्रकार करता येतात. उपयोग करणाऱ्याला (यूजर) आपली आवश्यकता लक्षात घेऊन प्राप्तकाची निवड करावी लागते. जीपीएस तंत्रज्ञान हे अवकाशात पृथ्वीभोवती, बारा तासांच्या भ्रमणकक्षेत फिरणाऱ्या नवस्टार या उपग्रह मालिकेवर आधारित आहे. नवस्टार (नॅव्हिगेशन सॅटेलाईट टाईम अँड रेंजिंग) मालिकेतील पहिला उपग्रह १९७७ पासून उपयोगात आहे. वेळ व स्थान संकेतांचे (सिग्नल) योग्य प्रेषण (ट-ान्समिशन) हे या उपग्रहांचे मुख्य कार्य आहे. १९८८ नंतर या मालिकेतील उपग्रहांनी अधिक अचूकपणे व विस्तृत क्षेत्र व्यापी (वाइड फिल्ड) असे संकेत द्यायला सुरुवात केली आहे.

अनेक संशोधन संस्था, सर्वेक्षण संस्था, अभियांत्रिकी व बांधकाम संस्थांनी जीपीएस युगात यापूर्वीच सक्षमपणे प्रवेश केलेला आहे. कमीतकमी पायाभूत सोई (इन्फ्रास्ट-क्चर) वापरून मोठमोठे व क्लिष्ट प्रकल्प पूर्णत्वास नेणे यामुळे आता शक्य आहे.

जीपीएसच्या आधारे सर्वेक्षणाकरता आवश्यक असे अंतराचे मापन सर्व प्रकारच्या हवामानांत, दिवसा व रात्री अशा दोन्ही वेळी करता येते. अनेक ठिकाणांची सापेक्ष स्थाननिश्चिती (रिलेटिव्ह पोझिशनिंग) करण्यासाठी आता जमिनीवर अंतर मोजण्याची गरज राहिलेली नाही. भूमिसर्वेक्षण, अपतटीय (ऑफशोअर) संरचना (स्ट-क्चर्स), ज्योतिर्मापी (फोटोग्रॅमेट-ी) यांसारख्या क्षेत्रांमध्ये भरपूर उपयोग करून घेता येण्यासारखे हे तंत्र आहे.

या यंत्रणेचा उद्गम संरक्षणात्मक (डिफेन्स) कारवायांसाठी झाला असला, तरी आज अनेक प्रशासकीय (ॲडमिनिस्ट-ेटिव्ह) व नागरिकी (सिव्हिलियन)

उद्योगांमध्ये त्याचा फार मोठ्या प्रमाणावर वापर करून घेतला जात आहे.

जीपीएस यंत्रणा पी आणि सी/ए या दोन प्रमुख कूट संकेतांमार्फत (कोड्स) काम करते. पी संकेत विशेष करून अमेरिकन सैनिकी प्रतिरक्षात्मक कार्यात, तर सी/ए संकेत नागरिकी व प्रशासकीय कार्यात वापरले जातात. अशा पद्धतीने काम करणारे एकूण २१ उपग्रह पृथ्वीभोवतालच्या कक्षेत आहेत.

अगदी अलीकडे, आखाती युद्धात इराकी छावण्यांची स्थाननिश्चिती करण्यासाठी याच तंत्राचा वापर केला गेला असल्याचे उल्लेख आढळतात.

पी कूट संकेत असलेल्या उपग्रहांची अंतर वाचन अचूकता (डिस्टन्स प्रिसिजन) ३० मीटर असते. ते १० मेगाहर्टझमध्ये कार्यरत असतात. तर सी/ए कूट संकेत असलेले उपग्रह ३०० मीटर इतकी अचूकता देतात. खरे म्हणजे जीपीएस उपग्रहांचे महत्त्व त्यांच्या अचूकपणातच आहे. पृथ्वीवरील प्राप्तकांच्या दरम्यान असलेले पायाभूत अंतर (बेसलाईन डिस्टन्स) त्यांची अचूकता ठरविते. जी पी एस उपग्रह हे पृथ्वीवरील दोन स्थळांमधील अंतर अचूकरीत्या सांगू शकतात. (ग्लोबल) पातळीवर आवश्यकतेनुसार करता येतो. स्थानिक पातळीवर केलेल्या सर्वेक्षणाकरता पायाभूत अंतराची मर्यादा १० ते १०० कि.मी. असते व त्यातून मिळणाऱ्या स्थाननिश्चितीत १ ते ४ मिलीमीटर इतका नेमकेपणा मिळवता येतो. प्रादेशिक पातळीवर पायाभूत अंतर १०० ते १००० कि.मी. व स्थाननिश्चितितील यथार्थता ४ ते १० मिलीमीटर तर जागतिक सर्वेक्षणात पायाभूत अंतर १००० ते १०,००० कि.मी. व अचूकपणा १ ते २ सेंटीमीटर इतका राखता येतो.

समुद्र किनाऱ्याजवळ प्रमुख जीपीएस स्टेशन ठेवून अवकल जीपीएस (डिफरन्शिल जीपीएस) च्या साहाय्याने समुद्रातील जहाजे व मासेमारी करणाऱ्या बोटी त्यांचे स्थान नियंत्रित करू शकतात. भविष्यात या तंत्रज्ञानाचा वापर लष्करी घडामोडी, भूमी सर्वेक्षण याचबरोबर पर्यटन आणि राजस्व मानचित्रीकरण (रेव्हिन्यू मॅपिंग) यांमध्येही होण्याची शक्यता आहे. भूशास्त्रज्ञ, भूगर्भशास्त्रज्ञ, भूभौतिक शास्त्रज्ञ (जिओफिजिसिस्ट) या सर्वांसाठी हे तंत्रज्ञान फार मोठे वरदान ठरू पाहत आहे. भूकंप क्षेत्रांचे नेमके निर्धारीकरण (डिमार्केशन), भूतबकांच्या हालचाली (प्लेट मूव्हमेंटस्), ज्वालामुखीय उद्रेकांची केंद्रे, विपत्तिदर्शक प्रदेश, भरती-ओहोटी मापन केंद्रे (टायडल गेजीस), भूकवच गतिविज्ञान (क्रस्टल डायनॅमिक्स) या सर्वांसाठीच मापन व स्थाननिश्चिती करण्याची कुवत या तंत्रात आहे.

जीपीएस व जी. आय. एस. (भौगोलिक माहिती प्रणाली) या दोन जबरदस्त तंत्रांच्या समाकलनाने (इंटिग्रेशन) तर क्रांतिकारी संशोधनाची मुहूर्तमेढ

रोवता येईल. मोटरकारमध्ये मिळू शकणारा पथदर्शक व प्रदेशदर्शक सांख्यिकी नकाशा (डिजिटल मॅप) हे त्या समाकलनाचे एक लहानसे उदाहरण. जीपीएस व दूर संवेदन (रिमोट सेन्सिंग) यांच्या समाकलनाने जागतिक पातळीवर भूजल साठे व तत्संबंधी माहिती भांडार उपलब्ध करून घेणे आता शक्य होणार आहे.

या तंत्रज्ञानाचा सर्वात जास्त फायदा अर्थातच समुद्रपरिवहन (नॅव्हिगेशन) व तत्सम क्षेत्रांना झालेला आहे; कारण या क्षेत्रात नेमकी स्थाननिश्चिती (पोझिशनिंग ॲक्युरसी) फार महत्त्वाची असते. ओमेगा व लॉरेन यांसारख्या स्थाननिश्चिती करण्याच्या इतर प्रणालीपेक्षा जीपीएस पद्धतीचा या उद्दिष्टांसाठी जास्त चांगला उपयोग होतो. मानक किंवा आदर्श स्थाननिश्चिती सेवा (स्टँडर्ड पोझिशनिंग सर्व्हिस) या तंत्राची अचूकता ५० मीटर इतकी मिळू शकते, याही पेक्षा उत्तम यथार्थता म्हणजे १० मीटरपेक्षाही चांगली अचूकता अवकल जागतिक स्थाननिश्चिती यंत्रणेमार्फत (डीजीपीएस, डिफरन्शिल ग्लोबल पोझिशनिंग सिस्टिम) मिळवता येते. इष्टतम परिस्थितीत (ऑप्टिमम कंडिशन्स) १ मीटरपर्यंत नेमकेपणा आणणे अशक्य नाही, असा शास्त्रज्ञांचा दावा आहे.

स्थाननिश्चितीतील अचूकपणा हा उपग्रहांच्या स्थानाबद्दलची नेमकी माहिती असण्यावर अवलंबून आहे. अयनांबर (आयनोस्फिअर) व तपांबरातील (ट-ोपोस्फिअर) प्रकाशाच्या विकिरण / विचलनामुळे अंतराच्या मोजमापात फरक पडू शकतो. त्यामुळे त्याची काळजी घेणे आवश्यक असते. बऱ्याच वेळा भारतीय सर्वेक्षण खात्याने तयार केलेल्या स्थलरूपिक (ट-ोपोग्राफिक) नकाशावरील संदर्भरेषा जीपीएसने मिळणाऱ्या संदर्भरेषांशी जुळत नाहीत. त्याचे परिवर्तन (ट-ान्सफॉर्मेशन) करणे गरजेचे असते. कमीत कमी दोन अथवा चार जीपीएस उपग्रहांच्या साह्याने पृथ्वीवरील स्थिर ठिकाणाचे स्थान ७ मीटरच्या कमी-अधिक फरकाने व अस्थिर वस्तूचे स्थान दर सेकंदाला १० सेमीच्या फरकाने नक्की करणे शक्य होते.

संदर्भ केंद्र (रेफरन्स स्टेशन) व प्राप्तक (रिसीव्हर) यातील अंतर खूपच जास्त असल्यास स्थाननिश्चितीत चूक होण्याची दाट शक्यता असते. ही चूक कमी करण्यासाठी विस्तृत क्षेत्र डीजीपीएसचा वापर केला जातो. या पद्धतीत प्रेषण केलेली माहिती साहाय्यक स्वरूपाची (ऑक्सिलरी) व शुद्ध केलेली (करेक्टेड) असते. त्यात संदर्भ स्थान व उपग्रहांबद्दलची कालगणनेसंदर्भातील माहिती समाविष्ट असते. ही माहिती टेलिफोन, दळणवळण उपग्रह, अतिकंप्रता सांख्यिकी जोड (हाय फ्रिक्वेन्सी डेटा लिंक) यांसारख्या अनेकविध मार्गांनी प्राप्तकापर्यंत

पोचविली जाते. साधारणपणे १५० कि.मी. अंतरावर असलेल्या संदर्भ केंद्राच्या साह्याने कमीत कमी त्रुटी (एरर) सह स्थाननिश्चिती करणे आज शक्य झालेले आहे. यापेक्षा जास्त अंतरावरील दोन ठिकाणे, संयुक्त त्रुटी (कंपोझिट एरर) मिळवून स्थाननिश्चिती करू शकतात. कमी अंतरावरील दोन ठिकाणापैकी एक संदर्भ केंद्र असल्यास स्थानीय डीजीपीएस पद्धतीने दुसऱ्याची स्थाननिश्चिती केली जाते. विस्तृत क्षेत्र डीजीपीएस अनेक ठिकाणांचे स्थान संदर्भ ओळखून त्यांचे एकत्रित संदर्भ जाळेच (नेटवर्क) तयार करता येते. या जाळ्यात उपयोग करणाऱ्या उपभोक्त्याचे स्थान असल्यास त्याचे आंतर्वेशन (इंटरपोलेशन) करणे सहज शक्य होते.

इनमारसॅट ३ सारख्या अमेरिकन उपग्रहावरून विस्तृत क्षेत्र डीजीपीएसला लागणाऱ्या सर्व प्रकारच्या शुद्धी (करेक्शन्स) प्रेषित केल्या जातात. यामुळे आता स्थाननिश्चिती २ मीटरपर्यंत अचूकपणे करता येते.

गतिज बलऊर्जा जीपीएस (कायनमॅटिक जीपीएस) हा स्थानीय जीपीएसचाच एक प्रकार आहे. यात डेसिमीटर लेव्हलपर्यंतची अचूकत आणणे शक्य आहे. भविष्यात या केजीपीएसचा उपयोग स्वयंचलित विमान अवतरणासाठी (अॅटोमॅटीक एअरक्राफ्ट लॅन्डिंग किंवा ऑटोलॅन्ड) करता येईल इतकी कुवत या तंत्रात आहे याबद्दल शास्त्रज्ञांच्या मनात अजिबात शंका नाही.

नैसर्गिक संकटांनी ग्रस्त झालेल्या अनेक विकसनशील राष्ट-ांना जीपीएस तंत्रज्ञानामुळे कमीत कमी खर्चात व कमीत कमी वेळात विपत्ती नियोजन व व्यवस्थापन करता येणार आहे. भारतासारख्या देशात जिथे दरवर्षी पुरामुळे हजारो वस्त्या पाण्याखाली जातात, तिथे या वस्त्यांचे अचूक सर्वेक्षण करणे, त्यांचे स्थान निश्चित करणे, तसेच भूमिपातासारख्या (लँडस्लाईड) इतर प्रकारच्या विपत्तीचे व्यवस्थापन करणे आणि वन्यजीव (वाइल्डलाइफ ट-ॅंकिंग) शोधणे हेही आता या तंत्रामुळे शक्य आहे.

प्राप्तकांच्या भरमसाट किमती हा या यंत्रणेतला फार मोठा अडथळा असला, तरी नजीकच्या काळात या तंत्राचे महत्त्व वाढून किमती कमी होतील व मूलभूत (बेसिक) आणि उपयोजित (अप्लाइड) अशा दोन्ही प्रकारच्या संशोधन प्रकल्पांना, समस्या प्रदेशांची नेमकी स्थाननिश्चिती करून त्यानुसार उपाययोजना करणे शक्य होईल, असे म्हणावयास हरकत नाही.

□□

परिशिष्ट ६

स्थलरूपिक पृथक्करण (Topographic Analysis)

भूरूपाच्या गुणात्मक व संख्यात्मक अभ्यासाला स्थलरूपिक पृथक्करण म्हटले जाते. भूरूप हे मुख्यत: पुढील घटकांनी बनलेले असते.

१) भूगर्भ रचना (Geology)- खडक, भेगा, भंग पातळ्या

२) उंचसखलपणा (Relief)

३) मृदा (soils) - प्रकार, सेंद्रीय पदार्थ, ओलावा

४) जल (water) - नदीप्रणाली, भूजल

५) वनस्पती (vegetation) - प्रकार, घनता

स्थलरूपिक पृथक्करण हे मूलत: वरील घटकांच्या आधारे केलेला भूरूपांचा अभ्यासच असतो.

जी. आय. एसमध्ये उंचीची त्रिमित प्रतिकृती करून उंची किंवा उंचसखलपणाचे पृथक्करण करता येते (आ. ३७ मध्ये एका प्रदेशाचे DEM प्रारूप दाखविले आहे.) भूरूपाच्या इतर घटकांसाठी (उदा. भूजल पातळी, वनस्पतींची घनता, मृदेतील आर्द्रतेचे प्रमाण) अशाच त्रिमित प्रतिकृती मिळवता येतात. (DTM-Digital Terrain Model) त्यावरून या घटकांचे वर्णन करणे सोपे जाते.

प्रदेशाचा उतार (Slope), रूप (Aspect) यासारख्या घटकांसाठी त्रिमित प्रारूपे करून त्याचाही अभ्यास केला जातो. या प्रारूपांचा महत्त्वाचा फायदा असा की विविध कोनात फिरवून व कमी जास्त उंचीवरून ही प्रारूपे कशी दिसतील ते जीआयएस प्रणाली मार्फत आपणास दिसू शकते.

□□

परिशिष्ट ७
UTM प्रक्षेपण

UTM किंवा युनिव्हर्सल ट्रान्सव्हर्स मर्केटर हे प्रक्षेपण, नेमक्या स्थाननिश्चितीकरता वापरले जाते. या प्रक्षेपणात ८४° उत्तर ते ८०° दक्षिण अक्षवृत्तांच्या दरम्यानचा पृथ्वीचा भाग ६° रेखावृत्तीय विस्ताराच्या उत्तर दक्षिण विभागात विभागला जातो. १८० अंश रेखावृत्तापासून पूर्वेकडे १ ते ६० विभागात ही विभागणी केली जाते. प्रत्येक ६ अंश विस्ताराचा विभाग ८° अंशाच्या अक्षवृत्तीय विस्तारात विभागला जातो.

८० अंश दक्षिण ते ७२अंश दक्षिण अक्षवृत्तातील विभागांना त्यानंतर D, E, F याप्रमाणे प्रत्येक रांगेला अक्षरे दिली जातात. (I व O ही अक्षरे दिली जात नाहीत.) शेवटचे अक्षर X हे ७२° ते ८४° उत्तर असा १२° या अक्षवृत्तीय विस्तार समाविष्ट करते.

८° x ६° विस्ताराचा प्रत्येक चतुष्कोन (Quadrilateral) c ते x यातील अक्षर व १ ते ६० यातील अंकाने निर्देशित केले जाते. (उदा. ७२° पूर्व ते ७८° पूर्व रेखावृत्त व ६° उत्तर २४° उत्तर अक्षवृत्तातील प्रदेश 44AQ या निर्देशांकाने दर्शविला असेल.)

प्रत्येक ६० x ८० अंशाच्या चतुष्कोनाकृतीच्या मध्ये त्याचे मध्यवर्ती रेखावृत असते. (वरील उदाहरणात ते ७५° पूर्व रेखावृत असेल) यापासून उजवीकडे व डावीकडे प्रत्येक रेखावृत्त व अक्षवृत्त १००,००० मीटरवर आहे असे मानले जाते. त्यानंतर प्रत्येक चौकोनाचे १०,००० मीटरचे १०, विभाग केले जातात. पुढे प्रत्येक चौकोनाची विभागणी १००० चे १०, १०० चे १० व १० मीटरचे १० अशा चौकोनात करता येते. यामुळे अगदी १० मीटरच्या चौकोनात असलेले स्थान नक्की करता येते.

या प्रक्षेपणांत, मीटर हे मापनाचे मुलभूत परिमाण आहे. प्रक्षेपणाची जाळी, Transverse Mercator प्रक्षेपणावर प्रत्यारोपित केली जाते.

या प्रक्षेपण जाळीत एकूण ६० प्रमुख रेखावृत्ते (Standard Merldians) असतात. प्रत्येक मुख्य रेखावृत्ताला ५००,००० मीटर किंमत दिलेली असते. याला

False eastings म्हटले जाते. मध्यवर्ती रेखावृत्तापासून १००,००० मीटर अंतराने पूर्वेकडे व पश्चिमेकडे चौकोन तयार केले जातात. विषुववृत्ताच्या उत्तरेस प्रत्येक ८° अक्षवृत्त १०००,००० मीटरच्या अंतराने दाखविले जाते. दक्षिण गोलार्धासाठी विषुववृत्ताची किंमत १०,०००,००० मीटर धरली जाते. तिथून दक्षिणेकडे किंमती कमी होत जातात. UTM प्रक्षेपण जाळी मोठ्या प्रमाणावरील नकाशात १००० मीटर अंतराने तर लहान प्रमाणावरील नकाशात १००,००० मीटर अंतराने काढलेली असते.

□□

प्रश्नसंच

१) जी. आय. एस. तंत्राची व्याख्या व स्वरूप स्पष्ट करा.

२) जी. आय. एस.चे विविध घटक सांगून त्यांचे कार्य वर्णन करा.

३) पुढील संज्ञांचे स्पष्टीकरण करा.
अ) अवकाशिक सांख्यिकी, ब) गुणविशेष सांख्यिकी

४) अवकाशिक सांख्यिकीमध्ये कशा प्रकारच्या माहितीचा समावेश होतो ?

५) सांख्यिकी व माहिती यातील फरक स्पष्ट करा.

६) नकाशाचे अवकाशिक सांख्यिकीतील महत्त्व विषद करा.

७) रचना खंड म्हणजे काय ? त्यांचे मुख्य प्रकार कोणते ? जी. आय. एस. मध्ये ते कसे वापरले जातात ?

८) अवकाशिक सांख्यिकीतील पुढील गोष्टींचे महत्त्व स्पष्ट करा - नकाशा प्रक्षेपण, संदर्भ पद्धती.

९) अवकाशिक सांख्यिकीचे गुणविशेष म्हणजे काय त्याचे वर्णन करा.

१०) अवकाशिक सांख्यिकी मिळविण्यासाठी कोणकोणते विविध स्त्रोत वापरले जातात ?

११) जाळी प्रतिमान व सदिश प्रतिमान यातील फरक स्पष्ट करा.

१२) जाळी सांख्यिकीची संरचना कशा प्रकारे केली जाते ते सोदाहरण वर्णन करा.

१३) सदिश सांख्यिकीची संरचना वर्णन करा.

१४) पृष्ठ म्हणजे काय ? जी. आय. एस. तंत्रामध्ये पृष्ठांची प्रतिमाने कोणत्या प्रकारे केली जातात ?

१५) त्रिकोणीय अनियमित जाळी (TIN) म्हणजे काय ? त्याची वैशिष्ट्ये व महत्त्व वर्णन करा.

१६) जी. आय. एस. मध्ये जाळी रचनांच्या प्रतिकृती कशा तयार केल्या जातात ?

१७) गुणविशेष सांख्यिकी म्हणजे काय ? पारंपारिक पद्धतीने गुणविशेष सांख्यिकी गोळा करताना कोणत्या अडचणी येतात ?

१८) सांख्यिकी व्यवस्थापन प्रणाली म्हणजे काय ? संगणकाद्वारे सांख्यिकीचे

व्यवस्थापन कसे केले जाते ?

१९) अवकाशिक व गुणविशेष सांख्यिकीची जोडणी का करावी लागते? सदिश जी. आय. एस. मध्ये ती कशी केली जाते त्याचे वर्णन करा.

२०) संबंधयुक्त सांख्यिकी व्यवस्थापनाचे स्पष्टीकरण करा.

२१) जी. आय. एस. संहितेत सांख्यिकी वापरताना कोणत्या गोष्टींची खात्री करावी लागते ?

२२) सांख्यिकी नोंदीच्या विविध पद्धतींचे वर्णन करा.

२३) गुणविशेष सांख्यिकीची नोंद यावर एक टीप लिहा.

२४) स्वयंचलीत अंकीय नोंदकरण कसे केले जाते ?

२५) नोंदीतील चुकांचे शोधन व संस्करण करण्याच्या प्रक्रियेचे वर्णन करा.

२६) अवकाशिक सांख्यिकीच्या सदिश पद्धतीने नोंदी करताना कोणत्या चुका होतात ? त्या कशा दुरुस्त केल्या जातात ?

२८) भूसंकेतीकरणांचे, सांख्यिकीच्या नोंदीतील महत्त्व स्पष्ट करा.

२९) जी. आय. एस. मध्ये सामान्यपणे कोणती मोजमापे घेतली जातात ? कशा प्रकारे ?

३०) सांख्यिकीच्या पृथक्करण प्रक्रियेत जी. आय. एस. मध्ये केल्या जाणाऱ्या पृच्छांचे महत्त्व स्पष्ट करा.

३१) जाळी रचना जी. आय. एस. मध्ये पृच्छा करण्यासाठी कोणता पर्याय वापरला जातो ? त्याद्वारे पृथक्करण कसे केले जाते ?

३२) टिपा लिहा - मृदंग विभाग, समीपता व गाळणी तंत्र

३३) जी. आय. एस. मध्ये विशिष्ट विषय स्तरांचे अध्यारोपण कसे केले जाते ?

३४) सदिश अध्यारोपणाचे प्रमुख प्रकार कोणते ? आकृत्यांसह वर्णन करा.

३५) जाळी अध्यारोपणाची प्रक्रिया स्पष्ट करा.

३६) अवकाशिक आंतर्वेशन कशाला म्हणतात? जी. आय. एस. मध्ये आंतर्वेशनासाठी कोणत्या पद्धती वापरल्या जातात त्यांचे वर्णन करा.

३७) उतार, रूप, दृष्यता व आच्छादन या प्रक्रियांद्वारे जी. आय. एस. मध्ये समतल पृष्ठांचे विश्लेषण करण्याची पद्धत स्पष्ट करा.

३८) जी. आय. एस. मध्ये जाळी रचनांचे पृथक्करण कसे केले जाते ?

३९) लघुत्तम मार्ग व स्थान वाटप प्रतिकृती या पद्धतीचे वर्णन करा.

४०) अवकाशिक जी. आय. एस. मध्ये कशा प्रकारे विश्लेषणात्मक प्रतिकृती

तयार केल्या जातात ?

४१) नैसर्गिक व प्रमाण अनुरूपी प्रतिकृती म्हणजे काय ? उदाहरणासह वर्णन करा.

४२) प्राकृतिक व पर्यावरणीय प्रक्रियांच्या प्रतिकृतीची वैशिष्ट्ये स्पष्ट करा.

४३) 'निर्णय प्रक्रियेसाठी प्रतिकृती' यावर सविस्तर टीप लिहा.

४४) जी. आय. एस. च्या उपयोजनाचे प्रमुख तीन प्रकार उदाहरणासह स्पष्ट करा.

४५) जी. आय. एस. उपयोजनासाठी तयार करण्यात येणाऱ्या प्रकल्पाचा आराखडा कसा असतो ?

४६) जी. आय. एस. मध्ये उपयोजनासाठी लिहिल्या जाणाऱ्या प्रकल्पाची आदर्श मांडणी कशी असते ?

४७) जी. आय. एस. तंत्राशी निगडीत असलेले विवाद विषय कोणते ? वर्णन करा.

४८) भविष्यात जी. आय. एस. कसे असेल असे शास्त्रज्ञांना वाटते ?

४९) सविस्तर टीप लिहा - जी. आय. एस.च्या समस्या

५०) सविस्तर वर्णन करा - जी. आय. एस.चे उपयोजन.

भौगोलिक माहिती प्रणाली (GIS)

पारिभाषिक शब्द सूची

Access	अभिगम
Activity	क्रिया प्रक्रिया
Adequate	पर्याप्त
Adjacency	समीपता
Algorithm	सूचनासंच
Allocation	वाटप
Alpha numeric	आद्याक्षर अंक स्वरूप
Alternative	विकल्प
Analogues	अनुरूपी
Annotation key	नकाशाची सूची
Aposteriori	घटना पश्चात
Application Specific	उपयोजन विशिष्ट
Approximate point interpolation	निकटतम बिंदू अंतर्वेशन
Apriori	घटनापूर्व
Arc	चाप
Artificial intelligence	कृत्रिम विद्वत्ता
Aspatial	अ-अवकाशिक
Aspect	रूप
Attributes	गुणविशेष
Autocorrelation	स्वसहसंबंध
Awareness	जागृती
Behaviour	प्रवृत्ती
Block encoding	खंड संकेतीकरण
Buffer	मृदंग

Building blocks	रचना खंड
Business	व्यापार, व्यवसाय
Cartographer	नकाशाकारक
Cartography	नकाशा शास्त्र
Census	जनगणना
Chain encoding	साखळी संकेतीकरण
Cluster analysis	पुंज पृथक्करण
Coding	संकेतीकरण
Collection	संकलन
Column	स्तंभ
Common	सामायिक
Common origin	समान उद्गम
Compaction	संक्षिप्तिकरण
Conceptual	सांकल्पनिक
Conical	शंक्वाकृती
Connectivity	जोडणी
Consultancy	सल्ला सेवा
Containment	समाविष्टता
Contour	समोच्यरेषा
Control points	नियंत्रण बिंदू
Convexity	बहिर्वक्रत्व
Co-ordinate system	सहअक्ष प्रणाली
Correction	शुद्धीकरण
Criteria definition	निकषांचे निश्चितीकरण
Cursor	निर्देशक
Curvature	बाक
Cylindrical	दंडगोलीय
Data	सांख्यिकी
Data file	सांख्यिकी पट

Data points	सांख्यिकी बिंदू
Decision	निर्णय
Depression	खड्डा
Digital format	अंक स्वरूप
Digital Terrain Model	अंकीय भूपृष्ठीय प्रतिमान
Digitizer	अंकीय नोंदक
Dimensions	मिती / आयाम
Dispersal	पसरण
Display	प्रदर्शन
Draping	आच्छादन
Duplication	द्विरुक्ति
Dynamic	प्रवाही
Edge	भूजा / कडा
Edge matching	कडांची जुळणी
Editing	संस्करण
Electoral areas	निवडणूक विभाग
Entry	नोंद
Estimation	भाकित
Extreme Values	पराकोटीची मूल्ये
Field Survey	क्षेत्रीय सर्वेक्षण
File structure	पट रचना
Filtering	गाळण पद्धती
Flexible	लवचिक
Flooding	पूर-प्रवृत्ती
Flow chart	प्रवाही तक्ता
Forecasting	भाकित
Frequency Histogram	वारंवारिता स्तंभाकृती

Generalisation	सामान्यीकरण
Geo-coding	भूसंकेतीकरण
Geo computing	भूसंगणन
Geo reference	भूसंदर्भ
GIS Analyst	जी. आय. एस. विश्लेषक
Global positioning	जागतिक स्थाननिश्चिती
Graphical Scale	रेषा प्रमाण
Gravity model	गुरुत्वाकर्षण प्रतिकृती
Grid Cell	जाळी चौकोन
Grid reference	जाळी संदर्भ
Hard copy	छापील प्रत
Hardware	संहती
Headland	भूशिर
Hierarchy	उतरंड
Hole polygons	छिद्र बहुभूजाकृति
Hybridisation	संकर
Hydrology	जलविज्ञान
Identifier	ओळख संकेतक
Image processing software	प्रतिमान प्रक्रिया संहिता
Impossible values	अशक्य मूल्ये
Infinite	अपरिमित / अनंत
Information	माहिती
Integration	समाकलन
Integrity	सच्चेपणा / खरेपणा
Internal inconsistency	अंतर्गत असंबद्धता
Interpolation	अंतर्वेशन / आंतर्ध्रुवीकरण
Intersection	छेदन
Internal scale	अंतदर्शक प्रमाण

Island polygon	द्विप बहुभूजाकृति
Isolation	एकलन
Issues	विवादविषय
Key	सूची
Keyboard	अंक अक्षर पट्टी
Landscape architecture	भूदृष्य स्थापत्य
Landslide	भूस्खलन
Landuse	भूमीउपयोजन
Layer based approach	स्तर आधारित पद्धती
Linear equation	रेखीय सूत्र
Links	जोड
Management	व्यवस्थापन
Manifestation	प्रकटीकरण
Manipulation	कुशल हाताळणी
Memory	स्मरण क्षमता
Mining	खननकर्म
Mirror World	प्रतिबिंब जग
Mobility	भ्रमण शीलता
Model	प्रतिमान / प्रतिकृती
Modification	परिवर्तन
Multi criteria	बहुनिकष
Multi dimensional	बहुआयामि
Multi media	बहुमाध्यमी
Navigational chart	नौकानयन नकाशा
Neighbourhood	समीपता
Network model	जाळी दर्शक प्रतिमान

Nodal points	निस्पंद बिंदू
Noise	अनावश्यक भाग / नोंदी
Nominal Scale	नामदर्शक प्रमाण
Numeric	अंक स्वरुपात
Object Based approach	घटक आधारित पद्धत
Oblique	तिरकस
Observer	निरीक्षक
Opportunistic	अवसरवादी / संधीवादी
Optical distortion	ज्योतिर्विकृती
Optimiation	इष्टतम परिणामी
Ordinal Scale	क्रमदर्श प्रमाण
Organisation	संघटन
Orientation	दिशादेशन/निकूदर्शन
Output	परिणाम
Overlay	अध्यारोपण
Overshoot	जास्त लांबीचे रेषाखंड
Pass	खिंड
Peak	शिखर
Peripheral	परीघी
Perpendicular bisector	समद्वीभाजक लंब
Photogrammetry	ज्योतिर्मापी
Pioneering	मार्गदर्शक
Pixel	चित्रघटक
Place names	स्थलनामे
Plane grid system	समतल संदर्भ प्रणाली
Plotter	आरेखक
Point mode	बिंदू पद्धती
Polygon	बहुभूजाकृति

Postal areas	डाक विभाग
Post code	डाक संकेत
Primary	प्राथमिक
Prime meridian	मुख्य रेखावृत्त
Printer	मुद्रक
Processer	संगणक प्रक्रिया संयंत्र
Project	प्रकल्प
Proximity	समीपता
Quadrats	चतुर्थक
Quadtree	चतुर्थक विभागणी वेल
Querry	पृच्छा
Quick access	जलद अभिगम
Radioactive	किरणोत्सारी
Random	यादृच्छिक
Range	कक्षा
Rank	अनुक्रम / दर्जा
Raster model	जाळी प्रतीमान
Ratio scale	गुणोत्तर प्रमाण
Real world	यथार्थ प्रदेश
Reclassification	पुनर्वर्गीकरण
Redefinition	पुनर्निश्चितीकरण
Redundant	प्रमाणापेक्षा जास्त / अतिरेकी / अत्याधिक
Registration	नोंदणी
Regression	समाश्रयण
Relational	संबंधयुक्त
Relocation	पुनर्स्थानिकरण
Replacement	अदलाबदल

Resolution	वियोजन
Restructuring	पुनर्रचना
Retrieval at will	इच्छेनुसार पुनर्प्राप्तिकरण
Ridge	पर्वतरांग
Risk	जोखीम
Root definition	मूळहेतू विधान
Route tracing	मार्गशोधन
Routine	नित्यकर्म
Row	रांग / ओळ
Rubber Sheeting	लवचिका पसरण
Runlength encoding	रांगेनुसार संकेतीकरण
Scaling	प्रमाणीकरण
Scanner	समीक्षक
Scattergram	विकीर्णालेख
Screen format	प्रदर्शक स्वरुप
Secondary	दुय्यम
Secrecy	गोपनीयता
Sediment dispersal	अवसादांची पसरण
Segment	खंड
Sensor	संवेदक
Sequentially	क्रमशः
Services	सेवा सुविधा
Shortest Path	लघुत्तम मार्ग
Signal	संकेत
Simplifed view	सहजदृष्य
Software	संहिता
Spatial	अवकाशिक, अभिक्षेत्रीय
Spectral	वर्णपटलीय
Spot heights	स्थलउच्चांक

Stability	स्थैर्य
Steady state	स्थिरस्थिती
Stochastic	संभाव्य
Storage	साठवण
Stratified	स्तरीत
Stream code	प्रवाह संकेत
String	दोरी किंवा तार सदृष्य
Summarization	संक्षेपण
Summary statistics	संक्षिप्त सांख्यिकी
Superimposition	प्रत्यारोपण
Surfaces	समतल पृष्ठे
Systems	प्रणाली
Temporal	काळनिगडीत
Thematic layers	विशिष्ट विषय स्तर
Theme	विशिष्ट विषय
Three dimensional modelling	त्रिमित प्रतिमानी
Threshold	संक्रमण मूल्य
Tolerance	सहनक्षमता
Tools	साधने
Topographic maps	स्थलनिर्देशक नकाशे
Topology	स्थलविज्ञान
Transformation	रुपांतरण
Trend Surfaces	प्रवृत्तिदर्शक समतल पृष्ठे
Triangular mesh reference	त्रिकोण जाळी संदर्भ
Triangulated irregular network (TIN)	त्रिकोणीय अनियमित जाळी
Trigonometry	त्रिकोणमिती
Undershoot	अपूर्ण लांबीचे रेषाखंड

Union	संधी / समाविष्ट
Unique identifer	विशिष्ट ओळख संकेतक
Update	अद्ययावत
User	वापरकर्ता / उपभोक्ता
Value added service	मूल्यवर्धित सेवा
Vector model	सदिश प्रतिमान
Verbal scale	शब्द प्रमाण
Vertical	अनुलंब
Vertices	शिरोबिंदू
Views	दृष्ये
Virtual field	आभासी क्षेत्र
Virtual reality	आभासी यथार्थता / सत्यता
Visibility	दृष्यता
Visual modelling	दृष्य प्रतिमानी
Waste disposal	त्याज्य उत्सर्जन
Weight	भारदर्शक मूल्य
Wide application	विस्तृत उपयोजन
Window	गवाक्ष
Zenithal	खमध्य

□□

संदर्भसूची

Allan J.W.(2001) : High-resolution geographic images-its impact on GIS, in GIS development 10 (5), Noida, India, pp.21-28

Birkin M. Clarke G, Clarke M, Willson A (1996) : Intelligent GIS Location Decisions and Strategic planning, GeoInformation Intenational, Cambridge. UK

Bonham Carter GF (1995) : Geographic Information systems for Geoscientists, Modelling GIS, Pergamon Press, New York.

Burrough P A (1986) : Principles of Geographical information systems for Land Resources Assesment. Clarendon Press, Oxford

Burrough P A McDonell R (1998) : Principles of Geograhical Information Systems. Oxford University Press, Oxford.

CDAC (2002) : Workshop notes on "Advanced Techniques in Remote Sensing and GIS" Pub. of Centre for Development of Advanced Computing, Pune.

Chrisman N R (1997) : Exploring Geographic Information Systems. Wiley, New York.

Cornelius S.C.Sear DA, Carver S J, Heywood D (1994) : GPS, GIS and Geomorphological field work. Earth surface processes and landforms 19 : 777-87

Curran P (1989) : Principles of Remote Sensing, Longman, London

Davis J C (1986) : Statisics and Data Analysis in Geology, Wiley, New York

DeMers M N (1997) : Fundamentals of Georgraphic Information Systems, Wiley, New York

Department of the Environment (1987): Handling Geographic information, Report of the Committee of Enquiry, Chaired by Lord Chorley. HMSO, London

Eason K D (1988) : Information Technology and Organizational Change, Taylor and Francis, London

Fortheringam A S, Brunsdon C, Chartion M (2000) : Quantitative Geography, Perspectives on Spatial Data Analysis, Sage, London

Goddchild M F (1995) : GIS and georaphic research In : Pickle J (ed) Ground Truth : The Social Implications of Geographic Information Systems. Guilford Press, New York, pp. 31-50

Goodchild M F (1997) : What is Geopraphic Information Science? NCGIA Core Curriculum in GIS science. October 1997

Haggett P, Chorley R J (1967) : Models, paradigms and the new geography In : Chorley R J, Methuen, London, pp. 19-42

Haines, Young R, Green R D, Cousins S H (eds.) (1994) : Landscape, Ecology and GIS. Taylor and Francis, London

Healey R G (1991) : Database Management Systems. In : Maguire D J, Goodchid M F, Rhind D W (eds.) Geographical Information Systems : Principles and Applications Longman, London, Vol 1, pp 251-67

Hearnshaw H M, Unwin D J (1994) : Visualization in Geographical Information Systems, Wiley, New York

Heywood I, Cornelius S, Carver S (2002) : An Introducation To Geographical Information Systems: Theory and Practice. Springer Verlag

Jakeman A J, Beck M B, Mc-Aleer M J (eds.) (1995) : Modelling Change in Environmental Systems, Wiley, Chichester

Keates J S (1982) : Understanding Maps, Longman, London

Kellaway G P (1949) : Map projections, Methuen, London

Kennedy M (1996) : The Global Positioning System and GIS: An Introducation, Ann Arbor Press, An Arbor, Michigan

Maguire D J (1991) : An overview and definition of GIS In : Maguire D J, Goodchild M F, Rhind D W (eds.) Geographical Information Systems: Principles and Applications, Longman, London, Vol. 1, pp. (9-20)

Malczawski J (1999) : GIS and Multi-crieria Decision Analysis, Wiley, New York.

Mather P M (1991) : Computer Applications in Geography,

Wiley, New York

Mather P M (ed.) (1993) : Geographical Information Research and Applications, Wiley, Chichester.

Openshaw S (1990) : Spatial referencing for the user in the 1990s. Mapping Awareness 4(2) : 24

Parks B.O (1993) : Need for integration, in Environmental modelling with GIS (ed.) Goodchild M F. et al
Oxford University Press, London 31-34.

Peuquet D J, Marble D F (1990) : Introductory Readings In Geographical Information Systems,
Taylor and Francis, London

Pickles J (ed.) (1995) : Ground Truth : The social implications of Geographic Information Systems, Guilford Press, New York

Rhind D W (1989) : Why GIS? ARC News (summer) : pp. 28-9

Starn N, Starn R a (1993) : Computing in the information Age, Wiley, New York

Voogd H (1983) : Multicriteria Evaluation for Urban and Regional Planning Pian, London

Wilson J D (1987) : Techonology Partnerships Spark the industry. GIS World 10 (4) : 36-42

Wood C H, Keller C P (eds.) (1996) : Cartographic Design.
Wiley, Chichester

Worboys M F (1995) : GIS: a computing perspective,
Taylor and Francis, London

□□

www.ingramcontent.com/pod-product-compliance
Lightning Source LLC
LaVergne TN
LVHW060458051026
849518LV00002B/804